அலெக்சாண்டர் கிரஹாம் பெல்

இலந்தை சு. இராமசாமி

தமது 'எடிசன்: கண்டுபிடிப்புகளின் கதாநாயகன்' நூலின் மூலம் பல்லாயிரக்கணக்கான இளைஞர்களை வசீகரித்த இலந்தை இராமசாமி, ஒரு கவிஞரும் மொழிபெயர்ப்பாளரும்கூட. தொலைபேசித் துறையில் பணியாற்றி ஓய்வு பெற்றவர். 'சந்த வசந்தம்' எனும் தமிழ்க் கவிதைக் குழுமத்தை மின்னலையில் நடத்தி வருகிறார்.

ஆசிரியரின் பிற நூல்கள்

எடிசன்: கண்டுபிடிப்புகளின் கதாநாயகன்

ஹென்றி ஃபோர்ட்

பனி கண்டேன் பரமன் கண்டேன் (கயிலாய யாத்திரை)

அலாஸ்கா: அழகின் சிலிர்ப்பு

ஐயர் தி கிரேட் (வ.வே.சு. ஐயரின் வாழ்க்கை)

அலெக்சாண்டர் கிரஹாம் பெல்

இலந்தை சு. இராமசாமி

அலெக்சாண்டர் கிரஹாம் பெல்
Alexander Graham Bell
Ilandhai S. Ramaswamy ©

First Edition: December 2007
132 Pages
Printed at Repro Knowledgecast Limited, Thane.

ISBN 978-81-8368-589-4
Kizhakku - 285

Kizhakku Pathippagam
177/103, First Floor,
Ambal's Building, Lloyds Road
Royapettah, Chennai 600 014.
Ph: +91-44-4200-9603

Email : support@nhm.in
Website : www.nhm.in

Author's Email : subbaierramasami@yahoo.com

Kizhakku Pathippagam is an imprint of New Horizon Media Private Limited

முதல் தொலைபேசியின் முதல் வாசகம்:

'மிஸ்டர் வாட்சன், இங்கே வாருங்கள்,
உங்களைப் பார்க்க விரும்புகிறேன்.'

உள்ளே

முன்னுரை

அந்த இளைஞனின் கையில் ஜெர்மன் விஞ்ஞானி ஹெல்ம் ஹோல்ட்ஸ் எழுதிய 'ஒலியை உணர்தல் பற்றி' (On the sensation of tone) என்ற புத்தகம் கிடைத்தது. அவனுக்கு அரை குறையாகத்தான் ஜெர்மன் மொழி தெரியும்.

அந்தப் புத்தகத்தில் அதிர்வுக் கருவிகளைப் பயன்படுத்தி எப்படி மனிதக் குரலை உருவாக்க முடியும் என்று ஹெல்ம் ஹோல்ட்ஸ் எழுதியிருந்தார். தனக்குத் தெரிந்த அரைகுறை ஜெர்மனில் அந்தப் புத்தகத்தைப் படித்த அந்த இளைஞன், அதில் எழுதியிருப்பதைத் தவறாகப் புரிந்து கொண்டான். மின்சாரத்தைப் பயன்படுத்திக் கம்பி மூலம் மனிதக் குரலை அனுப்ப முடியும் என்று அவர் எழுதியிருப்பதாக நினைத்தான். அந்த எண்ணத்தைச் செயல்படுத்தப் பல ஆய்வுகள் செய்தான். அதன் விளைவாகப் பின்னாளில் தொலைபேசியைக் கண்டுபிடித்தான்.

தவறாகப் புரிந்துகொள்ளப்பட்ட ஒன்று சரியான ஆய்வுக்கு வித்திட்டது.

அந்த இளைஞன்தான் ஸ்காட்லாண்டில் பிறந்து பின்னாளில் அமெரிக்கக் குடிமகனான அலெக்சாண்டர் கிரஹாம் பெல்.

1876-ம் ஆண்டு ஜூன் மாதத்தில் ஒருநாள். காது கேளாத, தெளிவாகப் பேச இயலாத அழகுதேவதை மேபெல், பாஸ்டன் ரயில்வே நிலையத்தில் நின்றுகொண்டிருந்தாள். தான் ஃபிலடெல்ஃபியாவில் நடக்கும் நூற்றாண்டு விழாக் கண்காட்சிக்குப் போகப்போவதாகவும் அதற்குத் தன்னை அனுப்பிவைக்க ரயில்வே நிலையத்துக்கு வருமாறும் தன்னுடைய ஆசிரியரும் காதலனுமான கிரஹாம்பெல்லை அழைத்திருந்தாள்.

பெல் ரயில்வே நிலையத்துக்கு வந்தார். அவருடைய கையில் ரயில் டிக்கெட்டைத் திணித்தாள் மேபெல். அவரை ஊருக்குப் போகச் சொல்லி வற்புறுத்தினாள். அவரோ தான் பேராசிரியராக இருக்கும் கல்லூரியில் தேர்வுத் தாள்களைத் திருத்தும் பணி இருப்பதாகவும், விரைவில் முடிவை அறிவிக்கவேண்டும் என்றும் சொல்லி, ஃபிலடெல்ஃபியா செல்ல மறுத்தார் பெல்.

அதுவரை மேபெல்லின் கண்களில் கண்ணீரைப் பார்த்தறியாத பெல், அவள் கண்களிலிருந்து கண்ணீர் திரண்டு கன்னத்து மேட்டில் இறங்கு வதைக் கண்டார். அவள் மீது அளவுகடந்த காதல் கொண்டிருந்த பெல்லின் மனம் கரைந்தது. உறுதி தளர்ந்தது. அதற்குள் ரயில் புறப்படத் தொடங்கியது. ஓடிப்போய் ரயிலில் ஏறினார். அன்று மட்டும் அவர் போகாமல் இருந்திருந்தால், அவர் கண்டுபிடித்த தொலைபேசியைப் பற்றி உலகம் அறிந்துகொள்ள பல நாள்களாகி யிருக்கும். அது மட்டுமல்ல. போட்டியாளர்கள் அவரை ஜெயித்திருப் பார்கள். காதலியின் கண்ணீர் வெற்றியைத் தேடித்தந்தது.

பெல்லின் ஆய்வுப் பயிரை உருவாக்க வித்தூன்றியவர் அவருடைய தாத்தா வில்லியம் பெல். வளரத்தொடங்கிய அக்கன்றுக்கு நீரூற்றி எருவூட்டி வளர்த்தவர் அவருடைய தந்தை அலெக்சாண்டர் மெல்வில் பெல். ஆனால் அந்தக் கன்றை மரமாக்கிக் கனிகொடுக்க வைத்தது அவருடைய அன்புக் காதலி மேபெல் ஹப்பர்ட். உலகத்தின் மிகச் சிறந்த காதல் கதைகளில் ஒன்றாக வைத்து எண்ணக்கூடியது அலெக்சாண்டர் கிரஹாம் பெல்லின் காதல் கதை. மற்றக் காதல்கதைகள் பெரும்பாலும் திருமணத்தோடு முற்றுப்பெற்றுவிடும். ஆனால் இந்தக்கதை அதற்குமுன்பும் அதற்குப் பின்பும் அவருடைய வாழ்க்கையின் வெற்றிக்கு வழிகாட்டும் ஆதார சுருதியாக இயங்கியது.

கிரஹாம் பெல் எத்தனையோ விஞ்ஞானக் கண்டுபிடிப்புகளுக்கு மூல காரணமாக இருந்தார். ஆனால் தொலைபேசி மற்ற எல்லாவற்றையும் மங்கச்செய்துவிட்டது. 'தொலைபேசியைக் கண்டுபிடித்ததற்காக நான் பெறும் பாராட்டுகளைவிட காதுகேளாதவர்களுக்காக நான் செய்யும் தொண்டுக்காகப் பெறும் பாராட்டுகளே எனக்கு மிகவும் மகிழ்ச்சியைக் கொடுக்கின்றன' என்றார் அவர்.

ரைட் சகோதரர்கள் விமானத்தைக் கண்டுபிடிப்பதற்கு முன்பே பெல்லும் அதே ஆராய்ச்சியில் ஈடுபட்டார். ஆனால் ரைட் சகோதரர்கள் முந்திக்கொண்டுவிட்டார்கள்.

கூரையைப் பிய்த்துக்கொண்டு வெற்றி அவருடைய காலடியில் வந்து விழவில்லை.

கூர்மையான அறிவும், ஆழ்ந்த ஆராய்ச்சியும் விடாமுயற்சியும் அவருடைய வெற்றியின் அடித்தளங்கள்.

'எனக்கு மின்சாரத்தைப் பற்றி அவ்வளவாகத் தெரியாது, அந்த அறிவுக் குறைவு என்னுடைய ஆராய்ச்சிகளுக்குத் தடையாக இருக்கிறது' என்று ஹென்றி என்ற மின்னியல் விஞ்ஞானியிடம் அலெக் கூறியபோது ஹென்றி சொன்னார், 'பெறுக!' (Get it). அதுவே அவரது தாரக மந்திரமாக ஆனது. 'அதுதான் என்னுடைய வாழ்வின் திருப்பு முனை' என்றார் அலெக்.

'மின்சாரத்தைப் பற்றியும் இயற்பியல் பற்றியும் உலகத்தின் எந்த மொழியில் எந்தப் புத்தகம் என்ன விலையில் வெளியானாலும் வாங்கி நூலகத்தில் வை' என்று தன்னுடைய செயலரிடம் அலெக் சொன்னார் என்றால் எது குறையோ அதை நிறைவுசெய்துகொள்ளும் ஆர்வம் அவரிடம் எவ்வளவு இருந்தது என்பது தெரிகிறதல்லவா?

1982-ம் ஆண்டு இந்தியத் தொலைபேசித் துறையின் நூற்றாண்டு விழாவுக்காகத் தொலைபேசியின் வரலாற்றைத் தொகுக்கத் தொடங்கினேன். அப்பொழுது சென்னைத் தொலைபேசியின் மக்கள் தொடர்பு அதிகாரியாகப் பணியாற்றிக் கொண்டிருந்தேன். அலெக்சாண்டர் கிரஹாம் பெல் என்ற அந்த மாமனிதனின் சாதனை, என்னுள் பெரும் வியப்பை ஏற்படுத்தியது.

அந்த வரலாற்று மாளிகையின் வாசல் கதவைத் திறக்கிறேன். வாருங்கள், உள்ளே போகலாம்.

– இலந்தை சு. இராமசாமி

1. முதல் கண்டுபிடிப்பு

'அலெக், மில்லுக்குப் போகலாம் வருகிறாயா?' என்று கேட்டான் பெஞ்சமின்.

'வேண்டாண்டா, உங்க அப்பா திட்டுவார்' என்றான் அலெக்.

'அவர்தாண்டா உன்னை அழைத்துக்கொண்டு வரச் சொன்னார்.'

'அப்படியென்றால் போகலாம்' என்று சொல்லிக்கொண்டே பெஞ்சமினைப் பின்தொடர்ந்தான் அலெக் என்கிற அலெக்சாண்டர் கிரஹாம் பெல்.

பெஞ்சமினின் தந்தை ஹெர்ட்மேன், அந்த ஊரில் ஒரு கோதுமை மில் வைத்திருந்தார். அங்கே நண்பனுடன் அலெக் அடிக்கடி செல்வது வழக்கம். அங்கே அவர்களின் குறும்பைப் பொறுக்கமாட்டாமல் ஹெர்ட்மேன், அவர்கள் இருவரையும் அங்கிருந்து விரட்டுவார். ஒரு கட்டத்தில், அவர்களுடைய குறும்புத்தனத்தைச் சரியான வழியில் திருப்ப வேண்டும் என்று நினைத்தார் ஹெர்ட்மேன், அவர்களுக்குக் கடினமான வேலை எதையாவதுகொடுத்தால் திருந்திவிடுவார்கள் என்று நினைத்தார். எனவேதான், அலெக்கை அழைத்துவரும்படித் தன் பையனிடம் சொல்லியிருந்தார்.

அலெக்கும் பெஞ்சமினும் ஹெர்ட்மேனைச் சந்தித்தார்கள்.

'உங்களுக்கு நான் ஒரு சிறு வேலை தருகிறேன் செய்கிறீர்களா?' என்று கேட்டார்.

'என்ன செய்யவேண்டும் என்று சொல்லுங்கள்' என்றான் அலெக்.

ஹெர்ட்மேன் கையில் ஒரு பிடி கோதுமையை அள்ளி அவர்களிடம் கொடுத்தார். 'இந்தக் கோதுமையிலிருந்து உமியைப் பிரித்தெடுத்துக் கொடுத்தால் எனக்கு உதவியாக இருக்கும்.'

அலெக் உடனடியாகப் பதில் ஏதும் சொல்லவில்லை. ஆனால் அதே சிந்தனையாக இருந்தான். கையினால் சிரமப்பட்டு உமியைப் பிரிப்பதைவிட, அதற்கென்று ஒரு கருவியைச் செய்தால் நன்றாக இருக்கும் என்று எண்ணினான். உமி பிரிக்காத கோதுமையை தன்னுடைய வீட்டில் இருந்த நகம் சுரண்டும் பிரஷ்ஷால் தேய்த்தான். உமி எளிதாகப் பிரிந்தது.

மில்லுக்குச் சென்று பயன்படாமலிருக்கும் கருவிகளை ஆராய்ந்தான். அதில் சுழல் கருவி ஒன்று இருந்தது. அதன் ஓரத்தில் பிரஷ்கள் சிலவற்றைப் பொருத்தினான். அந்தச் சுழல் கருவிக்குள் கோதுமையைப் போட்டான். அந்தக் கருவியை வேகமாகச் சுழற்றினான். கோதுமைகள் அதன் வேகத்தில் கருவியின் வெளிச்சுவர் ஓரம் சுழன்று, அங்கிருந்த பிரஷ்களில் வேகமாக உராய்ந்தன. கோதுமைக்கு எந்தச் சேதமும் இல்லாமல் உமி பிரிந்தது.

வெற்றிகரமாக அலெக் நிகழ்த்திக்காட்டிய இந்தச் சாதனையைக் கண்டு ஹெர்ட்மேன் வியந்து போனார்.

அலெக்கின் முதல் கண்டுபிடிப்பு அது. 'ஏதாவது உபயோகமாகச் செய்யுங்களேன்' என்ற ஹெர்ட்மேனின் வார்த்தைகள்தான் தனக்குக் கிடைத்த முதல் ஊக்கச் சொற்கள் என்று அலெக் பின்னாளில் இதை நினைவுகூர்ந்தார்.

அலெக்கின் சொந்த ஊர் எடின்பரோ. பள்ளி மாணவனாக இருந்த போதே ஒரு குழுவை அமைத்தான் அலெக். குழுவின் பெயர் 'சிறுவர்களிடம் நுண்கலை உணர்வை வளர்க்கும் கழகம்'. வாரத்துக்கு ஒரு நாள் அலெக்கின் வீட்டு மாடி அறையில் அந்தக் குழுவின் கூட்டம் நடக்கும். சிறுவர்களுக்கு விஞ்ஞான அறிவைப் புகுத்தவேண்டும் என்ற ஆர்வம் கொண்ட அலெக்கின் தந்தை மெல்வில் பெல் அதற்கு ஆதரவு கொடுத்துவந்தார்.

இறந்துபோன உயிரினங்களை அறுத்துப் பகுத்துப் பார்ப்பதில் அலெக்குக்கு மிகவும் விருப்பம். அதைச் செயல் விளக்கமாகச் சிறுவர் களுக்கு அலெக் நடத்திக் காட்டுவதும் உண்டு. எனவே, அலெக்குக்கு அந்தக் குழுவில் நல்ல மரியாதை.

ஒரு தடவை அலெக்கின் தந்தை இறந்துபோன பன்றிக்குட்டி ஒன்றை அலெக்கிடம் கொடுத்தார். உடனே, அலெக், தன் குழுவின் நண்பர்களுக்கு ஒரு சுற்றறிக்கை அனுப்பினான். 'இன்று மாலை நமது கழகத்தின் அவசரக்கூட்டம் அலெக்கின் வீட்டு மேல்மாடியில் நடைபெறும். பேராசிரியர் அலெக்ஸாண்டர் பெல் பன்றிக்குட்டியின் உள்ளுறுப்புகளைப் பற்றிச் செயல்முறை விளக்கமும் விரிவுரையும் ஆற்றுவார். அனைத்து உறுப்பினர்களும் தவறாமல் வரும்படிக் கேட்டுக்கொள்ளப்படுகிறார்கள்.'

எல்லோரும் குறிப்பிட்ட நேரத்தில் அங்கு வந்தார்கள். அலெக், பன்றிக் குட்டியை ஒரு மரப்பலகையில் படுக்கவைத்து, அதை அறுப்பதற்கு வேண்டிய உபகரணங்களைத் தயார் செய்துகொண்டான். பிறகு கத்தியை எடுத்து வயிற்றுப் பகுதியில் ஒரு துளைபோடத் தொடங் கினான். பன்றியின் வயிற்றில் அதிகமாகக் காற்று இருந்திருக்கும் போலும். காற்று வேகமாக அந்தத்துளையில் இருந்து வெளியேறும் போது, பன்றி கத்துவதுபோலக் கேட்டது. பன்றி உயிருடன் இருக்கிறது என்று பயந்து அலெக் வெளியே ஓட, அவனைத் தொடர்ந்து எல்லோரும் ஓடினார்கள்.

ஆனால் ஆராய்ச்சி மனப்பான்மை என்பது சிறுவயதிலேயே அலெக்சாண்டர் கிரஹாம் பெல்லுக்கு வந்துவிட்டது.

அலெக்சாண்டர் கிரஹாம் பெல்லுக்கு அப்பொழுது 20 வயது. ஒரு நாள், தன் தந்தையிடம் பயின்ற மாணவர்களைக் கூர்ந்து கவனித்தான். அவர்களில் பலர் திக்குவாயர்கள். திக்குவாயைத் தன்னுடைய புதிய 'காணும் பேச்சு' பயிற்சிமுறையால் சரிப்படுத்துவதில் வல்லுனராக இருந்தார் மெல்வில் பெல்.

'காணும் பேச்சு' முறையைப் பயன்படுத்தி மிருகங்களைப் பேசவைக்க முடியுமா என ஆராய்ந்து பார்க்கவேண்டும் என்று அலெக் எண்ணினான். அவனுடைய வீட்டில் ஒரு வளர்ப்பு நாய் இருந்தது. அதற்குப் பிடித்த உணவை அதற்குக் கொடுத்து, தான் சொல்லுவதைக் கேட்குமளவுக்குப் பழக்கினான். இருவரிடமும் ஓர் அன்னியோன்யம் ஏற்பட்டதும் அதன் தொண்டைப்பகுதியிலும் தாடைப் பகுதியிலும் கையை வைத்து அழுத்தி சில ஒலிகளை எழுப்புமாறு செய்தான். அவனுக்கு வேண்டிய ஒலி கிடைத்ததும் அதற்குப் பிடித்தமான உணவைக்கொடுப்பான். எனவே, உணவை எதிர்பார்த்து அவன் தொண்டையில் தொட்டதும் 'மா' என்ற ஒலியை எழுப்பியது அந்த நாய். அதையே திரும்பத் திரும்பச் சொல்லவைத்து 'மாமா' எனப் பேசப் பழக்கினான் அலெக்.

பிறகு அதன் நாக்கையும் தொண்டையையும் வெவ்வேறு விதமாக அழுத்தி 'க' என்ற ஒலியை உருவாக்கப் பழக்கினான். பிறகு 'ஹ', 'ஔ' போன்ற ஒலிகளை எழுப்பக் கற்றுக்கொண்டது அந்த நாய். இவ்வாறு வெவ்வேறு இடங்களை அழுத்தி மீண்டும் மீண்டும் பழக்கியதில், 'ஹௌ ஆர் யு க்ரேண்ட்மா?' என்று சொல்லத் தொடங்கியது. 'ஹௌ' என்பது அவ்வளவு தெளிவாக இல்லாவிட்டாலும் அது என்ன சொல்கிறது என்பது புரிந்தது. உணவு கொடுத்தால் - அதுவும் அதற்குப் பிடித்த உணவைக் கொடுத்தால்தான் அது அப்படிப் பேசியது. மற்றச் சமயங்களில் வெறும் குரைப்பு மட்டும்தான் நாயிடமிருந்து வரும்.

நாய் பேசியதைக் கேட்டு முதலில் அவருடைய தந்தை மெல்வில் வியந்தார். அக்கம்பக்கத்தில் இருப்பவர்கள் அந்த அதிசயத்தைக் காணத் திரண்டார்கள். பத்திரிகைகளில் அது செய்தியாக வெளிவந்தது. ஒரு நாயுடைய வாய்ப் பகுதிகளை அழுத்தி விரும்பிய ஒலியை வரவழைக்க முடியும் என்றால், பேச இயலாதவர்களை ஏன் பேசவைக்க முடியாது? முயன்றால் நிச்சயமாக முடியும் என மெல்வில் நம்பினார். அந்த நம்பிக்கையில் நிகழ்ந்த முயற்சியால் பல ஊமைகளை அவரால் பேச வைக்க முடிந்தது.

அலெக்கின் தாத்தா அலெக்சாண்டர் பெல் நல்ல நடிகர். அவர் செயிண்ட் ஆண்ட்ரூஸ் என்ற இடத்தில் வாழ்ந்துவந்தார். ஷேக்ஸ் பியரின் நாடகங்கள் அனைத்தும் அவருக்கு மனப்பாடமாகத் தெரியும். அவர் அதை ஏற்ற இறக்கங்களுடன் படித்துக்காட்டுவதைக் கேட்கப் பலர் கூடுவார்கள். அதனால் அவருக்கு ஓரளவு வருமானமும் வந்தது.

அவருடைய மனைவி எலிஸபெத். இந்தத் தம்பதிகளுக்கு டேவிட் சார்லஸ், அலெக்சாண்டர் மெல்வில் என்ற இரண்டு ஆண்களும் எலிஸபெத் என்ற பெண்ணும் பிறந்தனர்.

நாடகத்தில் மக்களின் ஆர்வம் குறைந்ததால் அலெக்சாண்டர் பெல்லின் வருமானம் குறைந்தது. அதற்காக அவர் தளர்ந்துபோய்விடவில்லை.

நாடகத்துக்காக அவர் கற்றுக்கொண்ட பேச்சுக்கலை அவருக்கு மிகவும் கைகொடுத்தது. நடிகர் அலெக்சாண்டர் பெல், ஆங்கில ஆசிரியர் பெல்லாக மாறிவிட்டார். செயிண்ட் ஆண்ட்ரூஸில் பெரிய இடத்துப் பிள்ளைகளுக்கு அழகாக ஆங்கிலம் பேசக் கற்றுக்கொடுத்தார். கம்பீரமான தோற்றமும், எடுப்பான குரலும், கவரும் பேச்சாற்றலும் மக்களிடையே அவருக்குப் பெருமதிப்பைப் பெற்றுத்தந்தன.

பிரபுக்களின் வீட்டுப்பிள்ளைகளுக்கு அவர் கற்றுத்தந்த ஆங்கில நடை, ஒரு தனி ஈர்ப்பைக் கொடுத்தது. அவரிடம் கற்பதே ஒரு தகுதியாகக்

கருதப்பட்டது. செயிண்ட் ஆண்ட்ரூஸ் ஆங்கில இலக்கணப் பள்ளியில் அவர் ஆங்கில ஆசிரியராக நியமிக்கப்பட்டார்.

புகழ் ஏற ஏற, அந்த நகரை விட்டு டண்டி (Dundee) என்ற நகருக்கு இடம்பெயர்ந்தார். அங்கே பகல் பொழுதில் பேச்சுக்கலை வகுப்புகள் நடத்தினார். மாலையில் பெரிய மனிதர்களின் வீட்டுப்பிள்ளைகளுக்கு அவர்களது வீடுகளுக்குச் சென்று பயிற்சி அளித்தார். பண வரவு அதிகமாகியது, சமுதாயத்தில் மதிப்பு ஏறியது. சாதாரண வீடு மாளிகையானது. வேலைக்காரர்கள், சாரட்டு வண்டிகள் என்று வாழ்வில் வசதிகள் பெருகின.

ஓரளவுக்குச் சாதாரண வாழ்வு வாழ்கின்ற வரையில் ஒழுங்காக இருந்த மனைவி எலிஸபெத், வசதி வந்ததும் தன் நிலை தடுமாறினார். இதனால் நேர்ந்த பிணக்கு, விவாகரத்தில் முடிந்தது.

வில்லியம் பெல் ஸ்காட்லாண்டைவிட்டு வெளியேறி லண்டனுக்குச் சென்றார். அவருடன் அவருடைய பதினான்கு வயது மகன் மெல்வில் பெல் மட்டுமே சென்றான். அவருடைய மூத்த மகன் டேவிட், தாய் தந்தை இருவரையும் பிரிந்து தானே ஒரு வாழ்க்கையைத் தேடிக் கொண்டான். மகள் எலிஸபெத் தாயுடன் சென்றாள்.

லண்டனில் வில்லியம் பெல்லின் புகழ் சிறிது சிறிதாகப் பரவத் தொடங்கியது. அவர் பேராசிரியர் பெல்லாக மாறிவிட்டார். பாடம் எடுப்பது மட்டுமன்றி, திக்குவாய் உள்ளவர்களுக்கும் சிகிச்சையளித்து வெற்றிகரமாகக் குணப்படுத்தினார்.

வசதியாக வாழும் அளவுக்குப் பணம் சேர்ந்தது. வில்லியம் பெல் இரண்டாவது திருமணம் செய்து கொண்டார்.

தனது மகன் மெல்வில்லுக்குத் தானே ஆசிரியராக இருந்து கற்றுக் கொடுத்தார் வில்லியம். பேச்சுக்கலையில் தந்தையை விஞ்சிய வல்லவனாக மாறினார் மெல்வில்.

மெல்வில்லின் உடல்நிலை மோசமானதால், கனடாவில் நியூஃபவுண்டு லாந்தில் (Newfoundland) உள்ள செயிண்ட் ஜான்ஸ் என்ற இடத்திலிருந்த தனது நண்பனிடம் மெல்வில்லை அனுப்பிவைத்தார் வில்லியம். புதிய இடத்தின் சூழல் மெல்வில்லுக்குத் தெம்பைத் தந்தது. உடல்நிலை சீரடைந்தது. தினமும் மாலை கடற்கரையோரம் நடந்து சென்றார். அவர் உடல் திடம் பெற்றது. அங்கே கப்பல் நிறுவனம் ஒன்றில் பணியாற்றினார். விடுமுறை நாட்களில் ஷேக்ஸ்பியர் வகுப்புகளை நடத்தினார். தந்தையின் முறையைப் பயன்படுத்தி திக்குவாய்க்குச் சிகிச்சையளித்தார்.

23 வயதானதும் மெல்வில் மீண்டும் லண்டனுக்குத் திரும்பினார். தந்தைக்கு உதவியாக தினமும் இரண்டு மூன்றுமணி நேரம் பேச்சுக்கலை வகுப்பை நடத்தினார். அதைப் பற்றிய புத்தகங்கள் அனைத்தையும் படித்தார். அவருக்குத் திருப்தி தரும் வகையில் எந்தப் புத்தகமும் இல்லை. எனவே, தானே அந்த ஆய்வில் இறங்குவது என்று முடிவுசெய்தார். அந்த ஆய்வு இருபத்தைந்து ஆண்டு காலம் தொடர்ந்தது.

லண்டனுக்கு வந்த சிலமாதங்களுக்குப் பிறகு ஒருநாள் தன்னுடைய நண்பனைப் பார்ப்பதற்காக, எடின்பரோவுக்குச் சென்றார் மெல்வில். அங்கே தன்னைவிடப் பத்து வயது அதிகமுள்ள எலிஸா சைமாண்ட்ஸ் (Eliza Symonds) என்ற பெண்ணைச் சந்தித்தார். அவருக்குக் காது கேட்காது. காதுக்குழல் மூலமாகத்தான் அவரிடம் பேச முடியும்.

மெல்வில்லுக்கும் எலிஸாவுக்கும் இடையே காதல் முகிழ்த்தது. 19 ஜூலை 1844 அன்று எடின்பரோவில் அவர்களுடைய திருமணம் நடைபெற்றது.

இருவரும் எடின்பரோவிலேயே வசித்தார்கள். அவர்களுடைய திருமண வாழ்க்கை மிகவும் மகிழ்ச்சிகரமாக இருந்தது. எலிஸா மிகுந்த கடவுள் நம்பிக்கை உள்ளவர். ஆனால் மெல்வில் அப்படியில்லை.

திருமணம் நடந்த முதலாம் ஆண்டில் 'வாசிப்புக் கலை' (The art of reading) என்ற தலைப்பில் மெல்வில் ஒரு புத்தகம் எழுதினார். எந்தவிதமான திக்குவாயையும் குணப்படுத்துவதாக விளம்பரம் கொடுத்தார். முதலில் அவ்வளவு வருவாய் வராவிட்டாலும் படிப்படியாக வருவாய் பெருகத் தொடங்கியது. ஆடம்பரமில்லாத வாழ்க்கை வாழ்ந்ததால் அவர்களால் மகிழ்ச்சியாக வாழ முடிந்தது.

1845-ல் அவர்களுக்கு முதல் மகன் பிறந்தான். பெயர் மெல்வில் ஜேம்ஸ். இரண்டாவது மகன் அலெக் என்கிற அலெக்சாண்டர், 3 மார்ச் 1847 அன்று பிறந்தான். 1848-ல் எட்வர்ட் சார்லஸ் என்ற மூன்றாவது மகன் பிறந்தான்.

2. எடின்பரோ நினைவுகள்

சின்ன வயதில் அலெக் பார்ப்பதற்கு மிகவும் அழகாக இருப்பான். அவனுடைய அம்மா அவனுடைய இளவயதுத் தோற்றத்தை ஓவிய மாகத் தீட்டிவைத்தார். இளம் பழுப்புத் தலைமுடி. சற்றே உயர்ந்த மூக்கு, கருநிறக் கண்கள், உயர்ந்த நெற்றி, அழகிய முகம். வயதுக்கு மீறிய வளர்ச்சி.

அலெக் இயற்கையை ரசிப்பதில் மிகவும் நாட்டம் கொண்டவன். அவனுக்கிருந்த மொழி ஆர்வமும் இயற்கை ரசனையும் அவனை இளம் வயதிலேயே கவிஞனாக்கியிருந்தன. அவனது பள்ளியில் அவனை 'இந்த வகுப்பின் இளங்கவிஞன்' என்று அழைத்தார்கள். பள்ளியில் ஏதாவது விழா வந்தால் அலெக்கின் கவிதை வாசிப்பு நிச்சயம் இருக்கும்.

அவனது 11-வது வயதில் அவன் ஒரு கவிதையை எழுதித் தனது தாத்தாவுக்கு அனுப்பிவைத்தான். தாத்தாவிடமிருந்து எந்தப் பதிலும் வரவில்லை. அது அவனை வருத்தியது. அந்த வருத்தம் கவிதையாக வெளிவந்தது.

அன்பாய்த் தாத்தா மகிழ்வரென
    அனுப்பி வைத்தேன் ஓர்கவிதை
'நன்றி பயலே' என்றேனும்
    நவில்வார் என்றே எதிர்பார்த்தேன்
என்ன சொல்ல? ஓர்பதிலும்

இன்று மட்டும் வரவில்லை
என்ற னுக்கு மகிழ்ச்சியிலை
என்று குறிப்பாய்ச் சொல்லுகிறேன்.

(தமிழாக்கம்: ஆசிரியர்)

மழை அவனை வெகுவாகக் கவர்ந்தது. எந்த ஒலியையும் ரசித்தான். அந்த ரசனைதான் பின்னாளில் ஒலி தொடர்பான ஆய்வுகளைச் செய்யத் தூண்டியது. 12 வயதானபோது 'குடிசை' என்ற தலைப்பில் மழையைப் பற்றி ஒரு பாட்டை எழுதினான்.

மின்னல் அடித்தது

இடியும் இடித்தது

வீழ்ந்தது மாமழை வெள்ளம்

மழை ஒழுகாது

குடிசையும் தோது

மனைச் சுவர் திரணம் அப்போது

இடியின் முழக்கம்

மழையின் ஒழுக்கம்

குடிசை பலம் குறையாது

காற்றதன் வீச்சு

நின்றிட லாச்சு

இக்கவி போல் குறையாச்சு.

(எழுதிய நாள்: அக்டோபர் 14, 1858)

தனது கவிதை மேலும் தொடராமல் குறையாக நின்றுபோனது போல, அந்த மழையும் நின்றுபோனது என்று சொல்லும் கவிதை உள்ளம் தெரிகிறதல்லவா?

பல கவிதைகள் எழுதினான். அவற்றையெல்லாம் அவனுடைய தாய் மிகவும் கவனமாகத் தொகுத்துவைத்தார். எந்தக் கடிதத்தையும் அவர் தூக்கிப்போட்டதில்லை. அந்தப் பழக்கம் அலெக்கையும் தொற்றிக் கொண்டதால் அவருடைய வாழ்க்கையில் நடந்த ஒவ்வொரு நிகழ்ச்சியையும் எழுதித் தொகுத்துவைத்தார். எல்லாக் கடிதங்களையும் சேர்த்துவைத்தார். அதனால் அவருடைய வாழ்க்கை வரலாற்றை எழுதுவது பின்னால் வந்தவர்களுக்கு எளிதாக இருந்தது. அவருடைய குடும்பக் குறிப்புகள் 55,000 ஆவணங்களாக அமெரிக்க நூலகக் கழகத்தில் தொகுத்துவைக்கப்பட்டிருக்கின்றன.

அலெக்கின் தாய்க்குக் காது கேட்காது என்றாலும் இசைஞானம் நிறைய இருந்தது. தனது காதுக்குழலை பியானோவின் அருகில் வைத்துக் கொண்டு மிகச் சிறப்பாகப் பியானோ வாசிப்பார். அபார ஞானம். தனது குழந்தைகளுக்கும் இசையைப் பயிற்றுவித்தார்.

அலெக்கின் குரல் மிக இனிமையானது. பியானோ வாசிப்பதில் மிகவும் ஆர்வம் காட்டினான். மிகச் சிறந்த பயிற்சியால் அதில் சிறந்த தேர்ச்சியும் பெற்றான். அலெக்கின் இசையார்வத்தைக் கண்டு அவனுடைய தாய் அந்நாளில் மிகப்புகழ்பெற்ற பியானோ இசைக்கலைஞர் அகஸ்தே பெனுவா பெர்ட்டினியிடம் (Auguste Benoit Bertini) பயிற்சி பெறச்செய்தார்.

அலெக்கும் மிக ஆர்வத்தோடு பயின்றான். இசையிலே மூழ்கிப் போனான். படுத்துத் தூங்கும்போதுகூட ஏதோ ஒரு சுருதி அவனுடைய தலைக்குள் இசைக்கும். மறுநாள் காலை அவனுக்குத் தலைவலியும் காய்ச்சலும் வந்துவிடும். இப்படி வருவதை அவனுடைய தாய் 'இசைக்காய்ச்சல்' என்று குறிப்பிடுவார். வருங்காலத்தில் அலெக் மிகப் புகழ்பெற்ற இசைக்கலைஞனாக வருவான் என்று பெர்ட்டினி சொன்னார். ஆனால் பயிற்சி தொடங்கிய சில மாதத்தில் பெர்ட்டினி காலமானார். அத்தோடு அலெக்கின் பயிற்சி நின்றது.

ஒருவேளை பெர்ட்டினி இருந்து அலெக் பயிற்சியைத் தொடர்ந் திருந்தால் மிகச் சிறந்த இசைக்கலைஞனாகி இருக்கலாம். ஆனால் உலகம் ஒரு விஞ்ஞானியை இழந்திருக்கும்.

அந்தக்காலத்தில் ஒவ்வொரு வீட்டிலும் பியானோ இருக்கும். வீட்டில் யாராவது ஒருவர் அதில் பயிற்சி பெற்றவராக இருப்பார். மெல்வில் பெல்லின் குடும்பத்தில் எல்லோருக்கும் இசையார்வம் இருந்தது. மாலை வந்துவிட்டால் போதும், அந்த வீட்டில் இசை மழைதான்.

மெல்வில் பெல்லிடம் பல மாணவர்கள் பேச்சுக்கலையைப் பயின்றார்கள். பேச்சுக் குறைபாட்டைச் சீர்செய்துகொள்ள சிலர் குருகுல வாசம்கூடச் செய்தார்கள். அப்படி மெல்வில் வீட்டில் தங்கிப் படித்த மாணவர்களில் ஒருவன் கனடா நாட்டைச் சேர்ந்தவன். பெயர் அலெக்சாண்டர் கிரஹாம். அலெக்குக்கு அவனிடம் ஒரு ஈர்ப்பு. அவனுடைய பெயரில் இருந்த கிரஹாம் என்ற சொல் அலெக்குக்கு மிகவும் பிடித்துப்போனது.

எனவே தந்தையிடம் தனது பெயரில் மையப் பெயராகக் கிரஹாம் என்ற சொல்லையும் சேர்த்துக்கொள்ள விரும்புவதாகச் சொன்னான். தந்தையும் சம்மதித்தார். அதன்படி அவனது பதினோராம் பிறந்த நாளன்று கேக் வெட்டும் சமயம், அவனது பெயர் அலெக்சாண்டர் கிரஹாம் பெல் என்று மாற்றப்பட்டிருப்பதாக மெல்வில் அறிவித்தார்.

மெல்வில் குடும்பம் ஒழுங்காகச் சர்ச்சுக்குப் போகும். அங்கே என்ன சொல்லப்பட்டது என்பதை மெல்வில், தான் கண்டுபிடித்த சுருக்கெழுத்து முறையில் எழுதிவந்து தனது மனைவி எலிஸாவுக்குச் சொல்வார். அவர் போக முடியாத சமயங்களில் பையன்கள் சொல்வார்கள். மூத்த பையன் ஜேம்ஸும் இளையவன் எட்வர்டும் அம்மாவின் காதுக்குழலில் பேசுவார்கள். ஆனால் அலெக் மட்டும் வேறு முறையைப் பின்பற்றினான். தாயின் நெற்றிப் பொட்டின் அருகில் மெதுவாகப் பேசிப் புரியவைத்தான். பின்னாளில் அலெக் காது கேளாதவர் பள்ளியில் ஆசிரியராக இருந்தபோது இந்த முறை பெரிதும் பயன்பட்டது.

எடின்பரோ நகர வாழ்க்கை அவ்வளவாக வளரும் பையன்களுக்குச் சரிப்படாது என்று அலெக்கின் பெற்றோர் எண்ணினார்கள். ஆனால் வேலை காரணமாக எடின்பரோவில் தங்கித்தான் ஆகவேண்டும் என்ற நிலை. எனவே வாரத்தில் இரண்டு நாள்களாவது அவர்களுக்குக் கிராம வாழ்க்கையைப் பழக்கவேண்டும் என்று எண்ணிய மெல்வில் பெல், எடின்பரோவுக்கு அருகில் இருந்த டிரினிட்டி என்ற கிராமத்தில் வீடு ஒன்றை வாங்கினார்.

வீட்டின் வெளியே எங்கும் வயல்வெளிகள். சற்றுத்தொலைவில் கர்ஸ்டோஃபைன் குன்றின் படுகையில் ஓர் அழகான புல்வெளி. 'ஓய்வெடு, நன்றிகொள்' (Rest and be Thankful) என்று அந்த புல்வெளிக்குப் பெயர். டிரினிட்டி வீட்டுக்கு வாரத்தில் இரண்டு நாள்கள் மெல்வில் பெல்லின் குடும்பம் சென்றுவிடும். அவர்களோடு மில் அதிபர் ஹெர்ட்மேனின் குடும்பமும் வந்து சேர்ந்துகொள்ளும். எலிஸாவின் சகோதரன் சைமாண்ட்ஸ் தனது இரண்டு குழந்தைகளுடன் வந்துவிடுவார். அந்த இரண்டு நாள்களும் ஒரே கலகலப்புத்தான்.

எடின்பரோவில் இருக்கும்போது உடை அணிவதில் கட்டுப்பாடுகள் இருந்தன. ஆனால் டிரினிட்டியில் அவ்வளவு கட்டுப்பாடில்லை. ஓரளவுக்குச் சுதந்தரமாகச் சிறுவர்களால் திரிய முடிந்தது. அந்தக் கலகலப் பான சூழ்நிலையிலும் அலெக் தனிமையை நாடினான். கர்ஸ்டோஃபைன் குன்றுக்குச் சென்று அங்குள்ள புல்வெளியில் படுத்துக்கொண்டு ஆகாயத்தையும் பறக்கும் பறவைகளையும் பார்த்துக்கொண்டிருப்பான்.

பறவைகள் எப்படிப் பறக்கின்றன, அவற்றின் எடையை புவியீர்ப்புச் சக்திக்கு எதிராக எது ஈடுசெய்து பறக்க வைக்கிறது என்றெல்லாம் சிந்திப்பான். அதிலும் குறிப்பாகப் பறவைகள் இரண்டு சிறகுகளையும் விரித்துக்கொண்டு சிறகுகளை அசைக்காமல் வானத்தில் நீந்திச் செல்லும் காட்சி அவனை மிகவும் கவரும். எந்தச் சக்தி அதைக் கீழே விழாமல் காப்பாற்றுகிறது. காற்றைவிட எடை கூடிய பொருளை

அப்படிப் பறக்கவைக்கமுடியுமென்றால் மனிதனால் நிச்சயம் ஆகாயத்தில் பறக்கமுடியும் என்று அலெக் நம்பினான். அந்த நம்பிக்கை தான், பின்னாளில் அவனை ஆகாய விமானத்தைக் கண்டுபிடிக்கும் ஆராய்ச்சியில் இறங்கவைத்தது.

மெல்வில், பக்லாஃப் தெரு ஹால் என்ற இடத்தை வாடகைக்கு எடுத்திருந்தார். அதில் அடிக்கடி அவர் சொற்பொழிவாற்றுவார். ஷேக்ஸ்பியர் நாடகங்களை மிக அற்புதமாகப் படித்துக்காட்டுவார். நல்ல கூட்டம் கூடும். மக்களுக்குத் தற்கால இலக்கியங்களையும் அறிமுகப்படுத்த வேண்டும் என்பதற்காக சார்லஸ் டிக்கன்ஸின் நாவல்களை ஏற்ற இறக்கங்களோடு படிப்பார். அதற்கும் கூட்டம் வரும். ஒரு நாள் அவருடைய சர்ச்சின் நிர்வாகக் குழுவைச் சேர்ந்த சிலர், மெல்வில் பெல்லைச் சந்தித்தார்கள். 'நீங்கள் ஷேக்ஸ்பியர் நாடகங்களை நடித்துக்காட்டுவதை வரவேற்கிறோம். ஆனால் சார்லஸ் டிக்கன்ஸ் நாவல்களைப் படிப்பது சர்ச்சின் கொள்கைக்கு முரணானது, நீங்கள் அப்படிச் செய்யக்கூடாது' என்றார்கள்.

தனி மனித சுதந்தரத்தில் சர்ச் ஏன் தலையிடவேண்டும் என்று கோபமடைந்த மெல்வில் தான் போகும் சர்ச்சை மாற்றிவிட்டார்.

மெல்வில் புகைப்படம் அச்சடிக்கும் இயந்திரம் ஒன்றை உருவாக்கினார். புகைப்படத்தை அச்சிட இப்போது இருப்பது போல வசதிகள் அப்போது கிடையாது. கண்ணாடித் தகடுகளில் கொல்லோடின் (Collodin) என்ற பொருளைத் தடவிக் காயவைத்து சில்வர் நைட்ரேட் கரைசலில் கழுவி மீண்டும் காயவைத்து அவற்றைக் கழுவிப் புகைப்படம் ஆக்கும் கலையைக் கற்றுக்கொண்டான் அலெக். அந்த இருட்டறையில் அவனுடைய புகைப்படங்கள் ஒன்றிரண்டு தயாராயின.

10 வயது வரை ஹேமில்டன் ப்ளேஸ் அகாதெமியில் படித்த அலெக், 11-வது வயதில் ராயல் ஹைஸ்கூலில் சேர்ந்தான். அலெக்குக்குப் பிடித்த பாடங்கள் அங்கே கற்பிக்கப்படவில்லை. எந்த ஆசிரியராலும் அலெக்குக்குப் பாடங்களில் ஆர்வத்தை ஏற்படுத்த முடியவில்லை. அவன் சாதாரண மாணவனாகவே கருதப்பட்டான். அவன் படிப்பில் ஆர்வம் காட்டாததைக் கண்டு அவனுடைய பெற்றோர் வருத்தமடைந்தார்கள்.

அலெக்கின் தாத்தா வில்லியம், லண்டனில் பேராசிரியராக வேலை செய்துகொண்டிருந்தார். படிப்பில் அலெக்குக்கு ஆர்வமில்லை என்பதை அறிந்த தாத்தா, அவனைத் தன்னிடம் அனுப்பும்படிச் சொன்னார். தனது இரண்டாவது மனைவி இறந்துபோனதால், வில்லியம் அப்போது தனியாகத்தான் இருந்தார். எனவே, ஒருவருக்கு ஒருவர் துணையாக இருக் கட்டும் என்று மெல்வில் அலெக்கை லண்டனுக்கு 1862-ல் அனுப்பி வைத்தார். அப்போது அலெக்கின் வயது 15.

3. தாத்தாவும் பேரனும்

'அலெக் இனி நீ சிறுவனில்லை. பட்டிக்காட்டானும் இல்லை. பெரிய நகரத்துக்கு வந்திருக்கிறாய். பழைய நடையுடை பாவனைகளை யெல்லாம் மூட்டை கட்டி வைத்துவிடு. நாகரிக இளைஞனாக நீ மாற வேண்டும்' என்றார் வில்லியம் பெல்.

'எடுத்தவுடனே எப்படித் தாத்தா மாறமுடியும்?' என்று கேட்டான் அலெக்.

'முடியும். உன்னை மாற்றிக் காட்டுகிறேன். முதலில் நீ கூச்சத்தை விடவேண்டும். இன்றைக்கே உன்னைத் தையல்காரரிடம் அழைத்துச் செல்கிறேன். உனக்குப் புதிதாக சூட் தைக்க வேண்டும்.'

'ஏதாவது விழா என்றால்தானே சூட்டும் கோட்டும் போட்டுக் கொள்வார்கள்?'

'கனவான்களுக்கு என்றும் விழாதான். கோடைக்காலத்தில்கூட தொப்பியும் சூட்டும் டையும் கட்டிக்கொள்ளவேண்டும். கையிலே ஒரு பிரம்பை ஸ்டைலாகச் சுழற்றிக்கொண்டு செல்லவேண்டும்.'

'வேண்டாம் தாத்தா!'

'நான் சொல்கிறபடி செய். வேறு பேச்சுக்கே இடமில்லை' என்றார் தாத்தா.

தனிமையாக இருந்த தாத்தாவுக்கு அலெக்கின் வரவு மிகவும் ஆறுதலாக இருந்தது. தனக்குத் தெரிந்த அனைத்தையும் பேரனுக்குக்

கற்றுக்கொடுத்துவிடவேண்டும் என்று நினைத்தார். எடின்பரோவில் அலெக்குக்கு அவன் தந்தை கைக்காசு கொடுக்கமாட்டார். அப்படி எப்பொழுதாவது தந்தாலும் அதற்குக் கணக்கு காட்டியாக வேண்டும். ஆனால் அலெக் லண்டன் வந்ததும் அவனுக்கு மாதாமாதம் பணம் அனுப்பினார். அலெக் அதை என்ன செய்தான் என்று தாத்தா கணக்குக் கேட்டதே இல்லை.

ஆனால் லண்டனிலும் சில கட்டுப்பாடுகள் இருந்தன. தலையில் தொப்பி, கையில் பிரம்பு சகிதம் 'கனவான்' உடையை அணியாமல் அவன் வெளியே செல்ல முடியாது. தாத்தாவின் வீட்டுப் பக்கத்தில் ஹாரிங்க்டன் ஸ்கொயர் கார்டன் இருந்தது. அதில் தினமும் ஒரு மணி நேரம் பிரம்பு சகிதம் அலெக் நடந்து பழகவேண்டும். அது ஒரு சாலையை ஒட்டியிருந்தது. போவோரும் வருவோரும் அவனனயே பார்ப்பதாக அலெக்குக்குத் தோன்றும். என்றாலும் அந்தத் தோட்டத்திலும் அதன் அருகில் இருந்த மார்னிங் கிரஸண்ட் பூங்காவிலும் உலவுவது அவனுக்குப் பிடித்திருந்தது.

ஒரு கிழவனுடன் தனியாக இருப்பது சங்கடமாக இருந்தாலும் தாத்தாவின் தோழமை உறவு அலெக்கைக் கவர்ந்தது. அந்த ஒருவருட வாழ்க்கை அவனை முற்றிலும் மாற்றிவிட்டது.

'என் தாத்தா எனக்கு ஒரு வழிகாட்டியாகவும் நண்பனாகவும் இருந்தார். வாழ்க்கைப் போராட்டத்தில் களைத்துப்போயிருந்தாலும், 'வா இன்னொரு ஆட்டம் போடலாம்' என்று சொல்லும் வீரனைப்போல எப்பொழுதும் துடிப்பாக இருந்தார்' என்று பின்னர் எழுதினார் அலெக்.

அலெக்கின் உடை மட்டுமல்ல, நடை, பாவனை, பேச்சு, அணுகு முறை எல்லாமே மாறிவிட்டன. வயதுக்கு மீறியவனாக அவன் வளர்ந்துவிட்டான்.

தாத்தா வீட்டில் வகுப்புகள் நடக்கும். அதில் சில சமயங்களில் அலெக்கும் கலந்துகொள்வான். வில்லியம், அவனுக்கென்று தனியாக சொற்பொழிவுக் கலையையும் பேச்சுமுறையையும் கற்றுக் கொடுத்தார். ஷேக்ஸ்பியரின் நாடகங்களை எப்படி நடிப்பதுபோல் படிக்கவேண்டும் என்று கற்றுக்கொடுத்தார். இருவரும் ஒன்று சேர்ந்து படிப்பார்கள். ஹேம்லெட், மேக்பெத், சீசர் ஆகிய நாடகங்கள் அவனுக்குத் தலைகீழ்ப் பாடம்.

வில்லியம் 'மணப்பெண்' (The Bride) என்ற தலைப்பில் ஒரு நாடகம் எழுதினார். அதன் கருப்பொருள், பேச்சுப் பயிற்சியின் மூலம் சாதாரணமானவரை சமூகத்தில் பெரிய ஆளாக மாற்றிவிடமுடியும் என்பதுதான். அந்தப் புத்தகம்தான் ஜார்ஜ் பெர்னாட் ஷாவின்

'பிக்மேலியன்' என்ற நாடகத்துக்கு முன்னோடி. தாத்தாவைப் பின்பற்றி பேரனும் 'ப்ளே ஆஃப் டக்ளஸ்' (Play of Douglas) என்ற நகைச்சுவை நாடகத்தை எழுதினான்.

தாத்தாவின் உடல்நிலை சீர்கெடத் தொடங்கியதால் அவரைக் கவனித்துக்கொள்ளும் பொறுப்பு அலெக்குக்கு வந்தது. சுதந்தரமும் பொறுப்பும் அவனைச் 'சிறுவன்' என்ற நிலையிலிருந்து 'வளர்ந்த மனிதன்' என்ற நிலைக்கு உயர்த்தின. அவன் தாத்தாவின் கண்காணிப்பில் நன்கு வளர்ந்துவருகிறான், தாத்தா நோயில் அவதியுறும்போது அவரை நன்கு கவனித்துக் கொள்கிறான் என்பதை அறிந்து, அலெக்கின் பெற்றோர் மகிழ்ந்தார்கள்.

வில்லியத்தின் உடல்நிலை சீரானதும், மெல்வில், மகன் அலெக்கை அழைத்துப்போக லண்டனுக்கு வந்தார். தன் கண்களையே அவரால் நம்ப முடியவில்லை. அலெக்கின் உருவில் ஒரு கனவான் அவர் முன்னால் நின்றுகொண்டிருந்தான்.

லண்டனில் புகழ்பெற்ற விஞ்ஞானி ஸர் சார்லஸ் வீட்ஸ்டோன் என்பவர் இருந்தார். அவர் கண்டுபிடிப்புகளில் வீட்ஸ்டோன் பிரிட்ஜ் என்பது புகழ்வாய்ந்தது. அவர் மின்சாரத்தில் மட்டுமன்றி ஒலியியலிலும் ஆய்வு செய்திருந்தார்.

1821-ம் ஆண்டு வீட்ஸ்டோன் தனது 19-வது வயதில் மாயாஜால இசைக்கருவி ஒன்றைக் கண்டுபிடித்தார். அந்தக் கருவி ஒரு அறையில் வைக்கப்பட்டிருக்கும். அது ஒரு கம்பி மூலம் அடுத்த அறையில் இருக்கும் இசைக்கருவியில் இணைக்கப்பட்டு இருக்கும். வேறொரு அறையில் வேறொரு கருவியில் எவருக்கும் தெரியாமல் வீட்ஸ்டோன் வாசிப்பார். அவர் எழுப்பும் ஒலி அதிர்வுகள், மாற்று அறையில் இருக்கும் கருவியில் அதே அதிர்வுகளை ஏற்படுத்தி அதே இசையை உருவாக்கும்.

ஆளே இல்லாமல் இசைபாடும் அந்தக் கருவியை 'வருங்காலத்தில், ஓரிடத்தில் இசைக்கப்படும் இசை நகரம் முழுவதும் ஒலிக்கும் நிலை ஏற்படும்' என்று பத்திரிகைகள் பாராட்டின. ஆனால் வீட்ஸ்டோன் சொன்னார், 'ஓரிடத்தில் ஒலிக்கும் இசை வேறோரிடத்தில் கேட்பதை விட, ஓரிடத்தில் பேசப்படும் பேச்சு வேறிடத்தில் கேட்கப்படுவதே சிறப்பு. அதை யாராவது செய்வார்கள்.'

அந்த எதிர்பார்ப்பைப் பின்னாளில் நிறைவேற்றப் போகும் அலெக் அன்று அவர்முன் நின்றான். லண்டனிலிருந்து எடின்பரோ திரும்பு வதற்குமுன் வீட்ஸ்டோனைச் சந்தித்துவிட்டுச் செல்லலாம் என்று மெல்வில், அலெக்கை அழைத்துச் சென்றிருந்தார். அவர்களை அன்பாக வரவேற்றார் வீட்ஸ்டோன்.

பதினெட்டாம் நூற்றாண்டில் பேரன் டி கெம்பெலென் என்பவர் 'பேசும் கருவி' ஒன்றைக் கண்டுபிடித்திருந்தார். அதில் உள்ள இயங்கு பாகங்களை ஒரு குறிப்பிட்ட வரிசையில் இயக்குவதன் மூலம் மனிதக் குரலை உருவாக்க முடியும். முழுதாக ஒரு வாக்கியத்தைக்கூட அது பேசும். அந்தக் கருவியில் மேலும் சில சீர்திருத்தங்களைச்செய்து வீட்ஸ்டோன் ஒரு கருவியை உருவாக்கியிருந்தார். அதை அவர்களுக்கு இயக்கிக் காட்டினார்.

அவ்வளவு பெரிய விஞ்ஞானி தன்னையும் ஒரு பொருட்டாகக் கருதி அலெக் கேட்ட கேள்விகளுக்கெல்லாம் பொறுமையாகப் பதில் சொல்லி விளக்கியது, அலெக்குக்கு மிகுந்த மகிழ்ச்சியைக் கொடுத்தது. டி கெம்பெலென் எழுதிய புத்தகத்தை வீட்ஸ்டோன் மெல்வில்லிடம் கொடுத்தார்.

எடின்பரோவுக்கு வந்ததும் அலெக்கின் சுதந்தரம் பறிபோனது. மீண்டும் அவன் ஒரு சிறுவனாகக் கருதப்பட்டு அவனுக்குக் கொடுத்துவந்த மாதாந்திரப் பணம் நிறுத்தப்பட்டது. அலெக்கின் அண்ணன் ஜேம்ஸுக்கும் அலெக்கின் கதிதான். இருவரும் மனத்துக்குள் புழுங்கினர். இதை எப்படியோ யூகித்து அறிந்துகொண்ட மெல்வில், அவர்களிடம் டி கேம்பெலெனின் புத்தகத்தைக் கொடுத்து ஒரு பேசும் கருவியை உருவாக்கச் சொன்னார்.

இருவரும் சேர்ந்து அந்தச் சவாலை எதிர்கொண்டார்கள். அலெக் நாக்கையும் வாயையும் அமைப்பது என்றும் ஜேம்ஸ் நுரையீரல், குரல்வளை, தொண்டை இம்மூன்றையும் உருவாக்குவது என்றும் முடிவு செய்தார்கள்.

அலெக் ஒரு மனித மண்டையோட்டைக் கொண்டுவந்து, அதை மாதிரியாக வைத்து ஒரு மண்டையோட்டைச் செய்தான். கீழ்த் தாடை, மேல்தாடை, பல், மேலன்னம், கீழன்னம் எல்லாவற்றையும் அமைத்தான். அதற்கு தலைமுடியையும் அமைத்தான். நாக்குக்குப் பஞ்சு அடைத்த ரப்பரைப் பயன்படுத்தினான். குரல்வளையை எப்படி அமைப்பது என்றுதான் தெரியவில்லை. பார்த்துச் செய்வதற்கு எந்த மாதிரி அமைப்பும் கிடைக்கவில்லை. கடைசியில், அவர்கள் செல்லமாக வளர்த்துவந்த பூனையைக் காவு கொடுப்பது என்று தீர்மானித்தார்கள்.

வளர்த்த பூனையைத் தாங்களே கொல்ல மனமில்லாமல் நண்பன் ஒருவனுடைய உதவியை நாடினார்கள். அவன் அடர் நைட்ரிக் அமிலத்தை பூனையின் தொண்டைக்குள் ஊற்றினான். பூனை துடிதுடித்தது. ஆனால், சாகவில்லை. அதன் வலியைக் காணப் பொறுக்காமல், அதன் இரத்தநாளத்தை வெட்டி அந்தப் பூனையைச் சாகடித்தார்கள். அந்த

நிகழ்ச்சி அலெக்கை வெகுவாகப் பாதித்தது. வெகுகாலம் அவனை அந்த நினைவு வாட்டி வதைத்தது.

கசாப்புக்கடைக்காரர் ஒருவரிடம் இருந்து ஒரு ஆட்டின் குரல்வளை கிடைத்தது. அதைப் பொருத்தினார்கள். எல்லாம் தயார். இனி அந்த உருவத்தைப் பேச வைக்க வேண்டியதுதான்.

அந்தக் கருவியை எடின்பரோவுக்குக் கொண்டுசென்றார்கள். ஒரு டின் குழாய்வழியாக ஜேம்ஸ் ஊதினான். அலெக் நாக்கையும் வாயையும் முன்னும் பின்னும் அசைத்தான். அவற்றை வேண்டியவாறு இழுக்க வெவ்வேறு கம்பிகளை இணைத்திருந்ததால் மாறி மாறி இழுத்துப் பார்த்தார்கள். முதலில் ஏதோ குழறுவதுபோல ஒலி வந்தது. ஆனால் பயிற்சி அதிகமாக அதிகமாக, அந்தக் கருவி ஒரு குழந்தை வீறிட்டழுவது போலக் குரல் எழுப்பியது. அதே வீட்டில் இன்னொரு பகுதியில் குடியிருந்த பெண்மணி ஒருவர் ஓடிவந்து 'யார் குழந்தை இப்படிக் கதறி அழுகிறது?' என்று பதறிக்கொண்டே கேட்டார். கூட்டம் கூடிவிட்டது.

தனது பையன்களின் வெற்றியில் திளைத்தார் மெல்வில். அவருடைய 'காணும் பேச்சு' ஆராய்ச்சிக்கு அந்தக் கருவி பெரிதும் உதவும் என நினைத்தார்.

பேசும் கருவிக்குப் பிறகு, சுயமாக ஏதாவது செய்யவேண்டும் என்று துடித்தான் அலெக். ஆனால் எப்பொழுதும் தந்தையின் கட்டுப்பாட்டுக் குள்ளேயே இருக்க நேர்ந்தது. ஒருநாள் ஒரு பெட்டியில் தனக்கு வேண்டிய துணிமணிகளை எடுத்துவைத்துக்கொண்டு ஒருவருக்கும் தெரியாமல் வீட்டைவிட்டு வெளியேறினான். கப்பலில் பணிபுரிவது என்று தீர்மானித்தான். கடலில் சென்று பல புதிய செய்திகளைத் தெரிந்துகொள்ளலாம் என நினைத்தான். ஆனால் என்ன நினைத்தானோ தெரியவில்லை, வீட்டுக்கே திரும்பிவிட்டான்.

தந்தை தானாகத் தன்னை எங்கும் அனுப்பமாட்டார் என்பது தெரியும். எனவே, பத்திரிகைகளில் வந்த வேலை வாய்ப்புப் பகுதிகளைப் படித் தான். வடக்கு ஸ்காட்லாண்ட் கடற்கரை அருகில் உள்ள மோரேஷயர் (Morayshire) பகுதியில் எல்கின் (Elgin) என்ற இசைப்பள்ளியில் ஆசிரியர் வேலை காலியிருப்பதாகச் செய்தி வெளியாகியிருந்தது.

அந்தப்பள்ளி, பிரபுக்களின் பிள்ளைகளுக்கு இசையும் பேச்சுப் பயிற்சியும் அளித்து வந்தது. தந்தைக்குத் தெரியாமல், அலெக் பியானோ கற்றுக் கொடுப்பதற்கும் ஜேம்ஸ் பேச்சுப் பயிற்சி அளிப்பதற்காகவும் விண்ணப்பித்திருந்தார்கள். அந்தப் பள்ளியில் பணியாற்றிய ஜேம்ஸ் ஸ்கின்னர் என்பவர் மெல்வில் பெல்லின் மாணவர். அவர்மூலம் மெல்வில்லுக்குத் தகவல் சென்றது.

பையன்கள் தனது கட்டுப்பாட்டை மீறிப் போக விரும்புகிறார்கள் என்று மெல்வில் தெரிந்துகொண்டார். எனவே, ஒரு மாலைப்பொழுதில் எல்லோரையும் அழைத்துப் பேசினார்.

ஜேம்ஸை எடின்பரோ பல்கலைக்கழகத்துக்கு ஓராண்டுப் படிப்புக்கு அனுப்புவது என்றும் அலெக் வேலைக்குப் போகலாம் என்றும் முடிவு செய்தார்கள். ஓராண்டுக்குப்பிறகு அலெக்கின் இடத்துக்கு ஜேம்ஸ் செல்வதென்றும், அலெக் பல்கலைக்கழகத்துக்குப் படிக்கப் போகலாம் என்றும் முடிவானது. அலெக் பியானோ ஆசிரியராகவும் பேச்சுக்கலை ஆசிரியராகவும் பணியில் சேர்ந்தான். சம்பளம் வருடத்துக்குப் பத்து பவுண்ட். சாப்பாடும் தங்கும் இடமும் இலவசம். அதே நேரத்தில், மாணவனாக லத்தீனும் கிரேக்கமும் கற்றுக்கொள்ளலாம்.

1863-ம் ஆண்டு ஆகஸ்ட் மாதம் அலெக்சாண்டர் கிரஹாம் பெல், எல்கினுக்குச் சென்றான். லண்டன் உடையும் கம்பீரமும் அவனை எடுப்பாகக் காட்டியதால் அவனுடைய மாணவர்களில் பலர் அவனை விட வயதானவர்கள் என்றாலும் அவனால், அவர்களைக் கட்டுப் பாட்டுக்குள் வைத்திருக்க முடிந்தது. தான் அவர்களைவிட இளையவன் என்பதை ரகசியமாகவே வைத்திருந்தான்.

அலெக்சாண்டர் கிரஹாம் பெல் கற்றுக்கொடுத்த மாணவர்களுக்குத் தேர்வு வந்தது. தேர்வு மிகக் கோலாகலமாக நடைபெற்றது. ஊரிலுள்ள பெரியமனிதர்கள் தேர்வைக் காண அழைக்கப்பட்டார்கள். பத்திரிகை நிருபர்கள் வந்தார்கள். தேர்வில் மாணவர்கள் ஆங்கிலத்தை மிக அழகாகப் பேசுவதைக் கேட்டப் பெரியவர்கள் வியந்தார்கள். அனாவசியமாகக் கையைக் காலை ஆட்டாமல் தேவையான அளவுக்கு முகபாவம் காட்டி அதேசமயம் சரியான ஏற்ற இறக்கத்தோடு அவர்கள் ஆங்கிலம் பேசினார்கள்.

'எல்கின் கரென்ட்' என்ற பத்திரிகை, கற்றுக்கொடுத்த ஆசிரியரைப் புகழ்ந்து எழுதியது. ஆனால் 'பேராசிரியர் மெல்வில் பெல்லின் மகன்தான் அம்மாணவர்களின் ஆசிரியர்' என்று அதில் எழுதியிருந்தது. அலெக் எவ்வளவு சிரமப்பட்டுச் சொல்லிக்கொடுத்தாலும் பெயரும் புகழும் அவனுடைய தந்தைக்குத்தான் போனது.

'அலெக், உன் கவனம் சிதறக்கூடாது. நான் இங்கே எழுதுவதை நன்றாகப் பார். இந்த எழுத்து ஒருவன் இருமும்போது எப்படிச் சத்தம் வருமோ அப்படி ஒலிக்கும். எங்கே, அப்படி ஒலி எழுப்பு பார்க்கலாம்' என்றார் மெல்வில்.

அலெக் அவர் சொன்னதுபோல ஒலியை எழுப்பினான்.

'போதாது, இன்னும் கொஞ்சம் கரகரப்பாக வரவேண்டும்' என்றார் மெல்வில். 'எட்வர்ட், இப்பொழுது நீ சொல். இந்த எழுத்துக்கு இரண்டு உதடுகளையும் குவித்துக்கொண்டு காற்றை வெளியே விடவேண்டும்.'

எட்வர்ட் அவர் சொன்னதுபோலச் செய்தான். எந்தவித ஒலியையும் எழுத்தில் எழுதிப் படித்துவிடமுடியும் என்ற அளவுக்கு அவர்கள் பயிற்சி பெற்றார்கள்.

15 ஆண்டுகளாக ஆராய்ச்சி செய்த மெல்வில் பெல் அந்த ஆண்டில் அந்தப் புது முறையைக் கண்டுபிடித்துவிட்டார். எந்த ஒலியையும் அதில் எழுதித் திரும்பச் சொல்லமுடியும். ஏன், இருமலையும் தும்மலையும்கூட அப்படியே ஒலிக்க முடியும்.

எத்தனையோ பேர் அந்த ஆராய்ச்சியைச் செய்தாலும் மெல்வில் பெல்தான் அதில் ஜெயித்தார். எழுத்துக்களுக்கு ஒலி கொடுக்கும் அமைப்பைப்போல் இல்லாமல் அவருடைய எழுத்து, ஒலி பிறக்கும் இடத்துக்கேற்ற வடிவில் அமைந்தது.

1849-ல் தொடங்கிய இந்த ஆராய்ச்சி, 1864-ல் முற்றுப்பெற்றது. அவருடைய முறைக்கு 'காணும் பேச்சு' (Visible Speech) என்று பெயர் கொடுத்தார். இந்த முறையைப் பின்பற்றினால் எந்த மொழிக்கும் தனியாக எழுத்துகள் தேவையில்லை. இதுவே உலகப் பொது எழுத்துமுறையாக அமையும். அப்படித்தான் அவர் கனவு கண்டார். இந்த முறையால் புத்தகங்களை அச்சடிக்க வெவ்வேறு வரிவடிவங்கள் தேவையில்லை. அரசின் ஆதரவு இல்லாமல் இந்த முறையை அறிமுகப்படுத்துவதுவது சிரமம் என்று எண்ணினார். அதை முறைப்படி வெளியிடுவதற்குமுன் தனது மூன்று மகன்களையும் அதில் பயிற்சிபெறச் செய்தார். அவர்களும் அதைப் பிழையில்லாமல் கற்றுக் கொண்டார்கள்.

'காணும் பேச்சை' பெரிதும் ஆதரித்தவர்களில் ஒருவர் மிகச் சிறந்த மொழியியல் அறிஞரான அலெக்சாண்டர் ஜே எல்லிஸ் என்பவர். எல்லிஸ், தானே ஓர் உலகப் பொது எழுத்துமுறையை உருவாக்கி யிருந்தார். ஆனால் அதில் 94 எழுத்துகள் இருந்தன. ஆனால் மெல்வில் பெல்லின் காணும் பேச்சில் 34 எழுத்துகள் மட்டுமே இருந்தன. எனவே, மெல்வில் பெல்லின் எழுத்துமுறையைப் பற்றிக் கேள்விப் பட்டதும், எல்லிஸ் அதைப் பாராட்டி எழுதினார்.

மெல்வில் ஒரு செயல் விளக்க நிகழ்ச்சிக்கு வருமாறு எல்லிஸை அழைத்தார். எல்லிஸ், மெல்வில்லைத் திணற அடிக்கவேண்டும் என்ற எண்ணத்தில், உச்சரிப்பதற்குக் கடினமான வார்த்தைகளைத் தேடிப் பிடித்து எழுதிக்கொண்டு போயிருந்தார். அங்குபோய், ஆங்கிலத்தை

ஜெர்மன் மொழி மாதிரிப் பேசினார். உலகத்தின் எந்த மொழியின் எழுத்துகளாலும் குறிப்பிடப்படாத ஒலிகளையெல்லாம் உண்டாக்கிப் பேசினார்.

எல்லிஸ் பேசியதை மெல்வில் அவருடைய காணும் பேச்சில் குறித்துக் கொண்டார். வேறு மாடியில் இருந்த அலெக்கை அழைத்தார். அலெக் தந்தையின் கையில் இருந்த தாளை வாங்கிப் பார்த்தான். எல்லிஸ் பேசியதை அப்படியே பேசிக்காட்டினான். அவ்வளவு துல்லியமாக அலெக்கால் பேச முடியும் என்று எல்லிஸ் எதிர்பார்க்கவில்லை.

லண்டனில் இருந்த பல பெரியவர்களுக்கும் காணும் பேச்சு செயல் படுத்திக் காட்டப் பட்டது. ஸர் சார்லஸ் வீட்ஸ்டோன் அதைப் பார்த்தார். வியந்தார். ஆனால் பிரிட்டிஷ் பிரதம மந்திரி லார்ட் பால்மெர்ஸ்டன் இதனைக் கண்டுகொள்ளவில்லை. அலட்சியப் படுத்தினார்.

ஒரு வருடம் முடிவடைந்ததும், அலெக் எடின்பரோ பல்கலைக் கழகத்தில் சேர்ந்தான். இதற்குள் 23 ஏப்ரல் 1865-ல் தாத்தா அலெக்சாண்டர் வில்லியம் பெல் இறந்தார். மெல்வில், தனது எடின்பரோ பணிகளை தனது முதல் மகன் மெல்வில் ஜேம்ஸிடம் ஒப்படைத்துவிட்டு லண்டனுக்குப் போய், தனது தந்தையின் வீட்டில் குடியேறினார்.

அலெக் மீண்டும் பள்ளியில் முழுநேர ஆசிரியராக வேலைக்குச் சேர்ந்தான். ஆனால்,

பல்கலைக் கழகத்தில் சேர்ந்து படிக்கவேண்டும் என்பது அவனுடைய விருப்பமாக இருந்தது. ஆனால் அதேசமயம் வேலை செய்யவேண்டும் என்றும் நினைத்தான். அப்பொழுது, பலகலைக் கழகத்துக்குச் சென்று வகுப்புகளில் நேரடியாகப் படிக்காமல் தேர்வு மட்டும் எழுதித் தேர்வு பெறும் முறை லண்டன் பல்கலைக் கழகத்தில் இருந்தது. எனவே, ஸ்காட்லாண்டில் உள்ள கிளாஸ்கோவில் ஆசிரியராகவேலை பார்த்துக் கொண்டே லண்டன் பல்கலைக் கழகத்தில் தேர்வுக்குப் படிக்க விரும்பினான் அலெக்.

ஆனால் மெல்வில் அதற்கு ஒப்புக்கொள்ளவில்லை. லண்டன் பல்கலைக் கழகத்தில் ஓராண்டு சேர்ந்து படிக்கலாம் என்றும் அதற்குப் பிறகு கிளாஸ் கோவுக்கு வேலைக்குப் போகலாம் என்றும் சொன்னார். படித்துக் கொண்டே வேலைக்குச் சென்றால் அதிக நேரம் விழித்திருக்க வேண்டி யிருக்கும், உடல்நிலை பாதிக்கப்படும் என்பது அவருடைய வாதம்.

அலெக், ட்யூனிங் போஃர்க்குகளைப் பயன்படுத்தி மனிதக் குரல் போல் உருவாக்கும் தன்னுடைய ஆராய்ச்சி முயற்சியைப் பற்றி விஞ்ஞானி எல்லிசுக்கு விவரமாகக் கடிதம் எழுதினான்.

அவர் அப்படியொரு இயந்திரத்தைப் பல ஆண்டுகளுக்கு முன்பே ஹெல்ம்ஹோால்ட்ஸ் உருவாக்கியிருப்பதாகவும், அதையே அலெக் தொடர்ந்து செய்வது நல்லது என்றும், தேவைப்பட்டால் ஜெர்மன் மொழியிலிருக்கும் அவருடைய புத்தகத்தை அவனுக்கு அனுப்பித் தருவதாகவும் சொன்னார்.

அலெக் ஹெல்ம்ஹோால்ட்ஸ் கருவியை மேலும் ஆராய்ந்தான். ஜெர்மன் புத்தகத்தைப் படித்து மனிதக் குரலை மின்சாரம் மூலம் தொலைவுக்கு அனுப்ப முடியும் என்று ஹெல்ம்ஹோாட்ஸ் எழுதியிருப்பதாகத் தவறாகப் புரிந்து கொண்டான்.

யாராவது ஒரு நாள் அந்த ஆராய்ச்சியில் வெற்றிபெறுவார்கள் என்று தனது நண்பர்களிடம் அலெக் சொன்னான். அந்த ஒருவன் அவனாகவும் இருக்கக்கூடும் என அவன் அப்போது நினைக்கவில்லை.

மெல்வில் பெல் தனக்குத் தெரிந்த பெரியவர் ஒருவர் மூலம் அலெக்குக்கு லண்டனிலிருந்து நூறு மைல் தொலைவில் இருக்கும் பாத் என்ற இடத்தில் உள்ள சாமர்செட்ஷைர் (Somersetshire) கல்லூரியில் வேலை வாங்கிக்கொடுத்தார்.

எல்கினைவிட பாத் அழகாக இருந்தது. அருமையான இயற்கைச் சூழலில் அலெக் அங்கே பணிபுரிந்தான். அந்தச் சூழல் மிக இனிமை யாகவும் மனத்துக்கு உகந்ததாகவும் இருந்தாலும், பெல் அங்கேயும் தனது பணியைத் தொடர முடியவில்லை. ஒரு துயரச் சம்பவம் அவனை அங்கிருந்து தந்தையின் அருகே இழுத்துச் சென்றது.

4. குடும்பப் பொறுப்பு

'அலெக், நீ மிகவும் உயரமாக வளர்ந்துவருவது எனக்குக் கவலையைக் கொடுக்கிறது' என்றார் மெல்வில்.

'என்னப்பா இது, விசித்திரமாக இருக்கிறது. பையன் உயரமாக வளர்கிறான் என்று மகிழ்ச்சிதானே கொள்ளவேண்டும்' என்றான் அலெக்.

'உன் தம்பியைப் பார். விடுவிடுவென்று வேகமாக வளர்ந்துவிட்டான். இப்பொழுது பார், அவனைக் காசநோய் தாக்கிவிட்டது. உன்னையும் அது தாக்கக் கூடாதே என்பதுதான் என் பயம்.'

'நீங்கள் பயப்படவேண்டாம். தம்பிக்கு எதுவும் ஆகாது' என்றான் அலெக். அவனுக்கு அவனுடைய தம்பி எட்வர்ட் பெல்லிடம் பாசம் அதிகம்.

எட்வர்ட் நெடுநெடு என்று 6 அடிக்குமேல் வளர்ந்திருந்தான். அவனைக் காசநோய் தாக்கியது. என்றாலும் அந்த வலியையும் பொறுத்துக்கொண்டு உற்சாகமாக இருக்க முயற்சி செய்தான். 17 மே 1867 அன்று எட்வர்ட் பெல் மரணமடைந்தான். அந்தச் செய்தி அலெக்கை வெகுவாகப் பாதித்தது.

காணும் பேச்சைப் புத்தகமாக வெளியிட்ட மெல்வில், 'காணும் பேச்சைக் கற்றுத் திறமை பெற்றவர்களில் முதலானவனும், தனது அசாத்தியப் புலமையால் கண்டவர்களை வியப்பில் ஆழ்த்தியவனுமான எனது மகன் எட்வர்டின் நினைவுக்கு இந்த நூல் காணிக்கை' என்று எழுதினார்.

★

சாமர்செட்ஷைர் கல்லூரியில் பணியை முடித்துக்கொண்டு அலெக் 1867-ம் ஆண்டு ஜூலை மாதம் லண்டன் வந்தான். அந்தச் சமயத்தில் அவனுடைய பெற்றோர் ஸ்காட்லாண்ட் சென்று மெல்வின் ஜேம்ஸுடன் வசித்துக்கொண்டிருந்தார்கள். ஜேம்ஸுக்கு கரோலின் ஒட்டோவா என்ற பெண்ணுடன் திருமணம் நிச்சயமானது.

காணும் பேச்சை, காது கேளாதவர்களுக்கும் பயன்படுத்த முடியும் என்று மெல்வில் அறிவித்தார்.

சுசானா ஹல் (Susanna Hull) என்ற மெல்வில்லின் மாணவி, தெற்கு கென்ஸிங்க்டனில் நடத்தும் காது கேளாதோர் பள்ளி ஒன்றை நடத்திவந்தார். மெல்வில்லின் அறிவிப்பைக் கேட்டதும் அவரை அழைத்து, தமது பள்ளியில் காணும் பேச்சைப் பயன்படுத்தி மாணவர்களுக்குப் பயிற்சியளிக்கக் கேட்டுக்கொண்டார். மெல்வில் அதற்கு மகிழ்ச்சியோடு ஒப்புக்கொண்டார். ஆனால், தன்னால் அங்கு போக இயலாததால் அலெக்கை அனுப்பி வைத்தார்.

21 மே 1868-ல் அலெக் அங்கு வேலைக்குச் சேர்ந்தார். காது கேளாத இரண்டு மாணவிகள் அவரிடம் படித்தார்கள். ஒரு சில நாள்களிலேயே பத்துப் பன்னிரண்டு ஒலிகளை எழுப்பும் திறன் பெற்றார்கள். இதை அறிந்த வேறு இரண்டு சிறுவர்கள் பள்ளியில் சேர்ந்தார்கள். முடிவில், நான்கு மாணவர்களும் ஆங்கில மொழியின் எல்லா எழுத்துகளையும் உச்சரிக்கும் திறனைப் பெற்றார்கள். பின்பு ஒவ்வொன்றாக வார்த்தை களை உச்சரிக்கக் கற்றார்கள். விடுமுறைக்கு வீட்டுக்குச் செல்லும் போது தாம் கற்ற வார்த்தைகளைப் பேசித் தம் பெற்றோரையும் மற்றோரையும் வியப்பில் ஆழ்த்தவேண்டும் என்று எண்ணி, அந்த மாணவர்கள் மிகுந்த ஆர்வத்தோடு கற்றார்கள்.

அவ்வளவு சிறப்பாக அலெக் பணியாற்றினாலும் மெல்வில் அவரை இன்னும் சிறுவனாகவே கருதினார். தன்னுடைய கட்டுப்பாட்டில் வைத்துக்கொள்ள விரும்பினார். அலெக் விடுபட நினைத்தாலும் பெற்றோரைவிட்டு விலகி இருக்கமுடியாத ஒரு நிலைமை விரைவில் ஏற்பட்டது.

மெல்வில்லின் அண்ணன் டேவிட், மெல்வில்லை அமெரிக்காவுக்கு வருமாறு அழைத்தார். புதிய உலகம் அவரைச் சரியாகப் புரிந்து கொள்ளும் என்றார். மெல்வில்லுக்கும் அதுதான் சரி என்று தோன்றியது. இதற்கிடையில் எடின்பரோவில் முதல் மகன் ஜேம்ஸுக்கு உடல் நிலை சரியில்லை. அலெக்குக்கும் அடிக்கடி தலைவலி வந்தது. ஏற்கெனவே ஒரு மகனை இழந்தாயிற்று. ஜேம்ஸையும் இழந்துவிடுவோமோ என்று மெல்வில் பயந்தார்.

அலெக்கிடம் தனது எண்ணத்தைத் தெரிவித்தார்.

'எட்வர்ட் இறந்தபிறகு என் மனம் ஒரு நிலையில் இல்லை. என் அண்ணன் டேவிட் என்னை அமெரிக்காவுக்கு அழைக்கிறார். அதனால் நான் சிறிது காலம் அமெரிக்கா போய்வரலாம் என்று நினைக்கிறேன். அங்கே ஏற்கெனவே காணும் பேச்சைப் பற்றிச் செய்தி பரவியிருக்கிறது. நான் அங்கே போனால் அங்குள்ளவர்களுக்கு அதை விளக்க வசதியாக இருக்கும். நமக்குப் பணமும் கிடைக்கும்' என்றார்.

'பணத்துக்காக அமெரிக்கா போக வேண்டுமா அப்பா?' என்றான் அலெக்.

'காணும் பேச்சுக்கு இங்கே அரசின் ஆதரவு கிடைக்கவில்லை. கஷ்டப் பட்டுக் கண்டுபிடித்ததை இந்த அரசு மதிக்கவில்லை. இங்குள்ள சூழ்நிலையும் உடம்புக்கு ஒத்துக்கொள்ளவில்லை. அங்கு போனால் நலமாக இருக்கும்.'

'அங்கே போனால் மட்டும் உடல்நிலை சரியாகிவிடுமா?'

'நிச்சயமாகச் சரியாகிவிடும். ஏற்கெனவே அனுபவப்பட்டவன் நான். என் உடல்நிலை சரியில்லாதபோது தாத்தா என்னை கனடாவுக்கு அனுப்பினார். அங்கே என் உடல்நிலை சீரடைந்தது. பலசாலியாகத் திரும்பிவந்தேன்' என்றார் மெல்வில்.

'உங்கள் விருப்பப்படியே செய்யுங்கள்' என்றார் அலெக்.

'உன் பொறுப்பில் வீட்டை விட்டுவிட்டுச் செல்கிறேன். நன்றாகக் கவனித்துக்கொள்.

நீ இன்னும் சின்னப் பையன் இல்லை.'

'அப்பா, தாராளமாகப் போய்வாருங்கள். உங்கள் காணும் பேச்சுக்கு நல்ல வரவேற்பு கிடைக்கவேண்டும் என்பதுதான் என் ஆசை' என்றார் அலெக்.

1868-ல் மெல்வில் பெல், கப்பல் பயணத்துக்குப் பிறகு நியூ யார்க்கில் இறங்கினார். நியூ யார்க் அவரை வெகுவாகக் கவர்ந்தது. அமெரிக்காவிலும் கனடாவிலும் பல நகரங்களுக்குச் சென்று காணும் பேச்சைப் பற்றி சொற்பொழிவுகள் ஆற்றினார்.

லோவெல் நகரில் சொற்பொழிவின்போது, தன் மகன் அலெக் காது கேளாதோருக்குக் காணும் பேச்சைக் கற்றுக்கொடுத்துப் பேசவைத் திருக்கும் அதிசயத்தை எடுத்துச் சொன்னார். அது அங்கே பலரின்

ஆவலைத் தூண்டியது. குறிப்பாக கார்டினர் ஹப்பார்ட் என்பவர் அதனால் பெரிதும் கவரப்பட்டார்.

பாஸ்டனில் சாரா ஃபுல்லர் (Sarah Fuller) என்பவர் காதுகேளாதார் பள்ளியில் ஆசிரியராக இருந்தார். அவர் மெல்வில்லின் பேச்சால் பெரிதும் கவரப்பட்டார். அலெக் எப்போது அமெரிக்கா வருவார் என்று சாரா ஃபுல்லர் எதிர்பார்த்துக் காத்திருந்தார்.

அமெரிக்கப் பயணத்துக்குப் பிறகு மெல்வில் பெல் லண்டன் திரும்பினார். இருந்தாலும் அடிக்கடி வெளியூர்களுக்குச் சொற்பொழிவுக்காகச் சென்றுவந்தார்.

இந்தச் சமயத்தில் அலெக், தந்தி முறையில் சில சோதனைகளைச் செய்துவந்தார். தனது சோதனை, ஒரே கம்பியில் பல தந்திகளை ஒரே சமயத்தில் அனுப்பும் பலமடித் தந்தி முறைக்குப் பயன்படும் என அலெக் நம்பினார். தனது முறைக்கு 'ஹார்மானிக் தந்தி' (Harmonic Telegraphy) என்று அலெக் பெயர் கொடுத்திருந்தார்.

எடின்பரோவில் வாழ்ந்த மெல்வில் ஜேம்ஸின் உடல்நிலை மிகவும் பாதிக்கப்பட்டது. நோயின் தீவிரத்தை ஜேம்ஸ் தன் பெற்றோரிட மிருந்து மறைத்துவிட்டார். ஆனால் ஒருநாள் திடீரென்று எடின்பரோவி லிருந்து அவசர அழைப்பு வந்தது. அலெக் விரைந்து சென்றார். அங்கு போய்ச் சேர்ந்ததும்தான் ஜேம்ஸ் எவ்வளவு மோசமான நிலையில் இருந்தார் என்பது புரிந்தது. முற்றிவிட்டிருந்த காச நோய் ஜேம்ஸை வாட்டி வதைத்தது.

'அலெக், நாம் ஒரு ஒப்பந்தம் செய்து கொண்டிருக்கிறோமே, உனக்கு நினைவிருக்கிறதா?' என்று கேட்டார் ஜேம்ஸ்.

'அதை ஏன் இப்பொழுது நினைவுபடுத்துகிறாய்? நீ முற்றிலும் குணமாகிவிடுவாய். கவலைப்படாதே' என்றார் அலெக்.

'நான் சாவதற்குப் பயப்படவில்லை அலெக். எனக்கு உன்னைப் பற்றித்தான் கவலை. என்னுடைய மரணம் நெருங்கிக்கொண் டிருக்கிறது. அதை யாரும் தடுத்துவிட முடியாது. நம் பெற்றோருக்கு நீ ஒருவன்தான் மிஞ்சுவாய். எனவே, அப்பா சொல்வதுபோல் கேட்டு அமெரிக்காவுக்குச் சென்றுவிடு' என்றார் ஜேம்ஸ்.

'நீயும் வந்துவிடு. நாம் எல்லோரும் அமெரிக்கா போய்விடலாம்' என்றார் அலெக்.

'என்னை இப்படியே விட்டுவிடு. நீதான் வாழப்போகிறவன். இப்பொழுது நம்முடைய ஒப்பந்தத்தை உனக்கு நினைவு

படுத்துகிறேன். நம் இருவரில் யார் முதலில் இறந்தாலும், இறந்து போனவர் ஆவி உலகத்திலிருந்து உயிரோடு இருப்பவரோடு தொடர்பு கொள்ளவேண்டும். நான் முந்திக் கொள்வேன். நீ எங்கிருந்தாலும் உன்னோடு பேசுவேன்' என்றார் ஜேம்ஸ்.

ரயில் மூலம் ஜேம்சை லண்டனுக்கு அழைத்துச் சென்றார்கள். போய்ச் சேர்ந்து சில நாள்களில் ஜேம்ஸின் உடல்நிலை மோசமாகியது. மூன்று நாள்கள் தன்னினைவின்றி இருந்தார். 28 மே 1870 அன்று மெல்வில் ஜேம்ஸ் பெல் மரணமடைந்தார். அவருடைய மரணம் எதிர்பார்த்தது தான் என்றாலும் அது அலெக்கை வெகுவாகப் பாதித்தது.

ஜேம்ஸ் தன்னிடம் வாக்களித்தபடி தனது கனவில் வந்து பேசுவான் என்று அலெக் எதிர்பார்த்தார். அந்த எதிர்பார்ப்பு அவருடைய வாழ்நாள் முழுதும் இருந்தது. ஆனால் ஜேம்ஸ் வரவேயில்லை.

'அலெக், நீ மட்டும்தான் எங்களுக்கு இருக்கிறாய். எடின்பரோவும் லண்டனும் நமக்குச் சாபக்கேடுபோல் இருக்கிறது. நம் குடும்பத்தில் ஒவ்வொருவராக இறந்து கொண்டிருக்கிறார்கள். இந்த நிலையில் நீயும் அடிக்கடி காய்ச்சல், தலைவலி என்று படுத்துக்கொள்கிறாய். உன்னை இழக்க நாங்கள் தயாராக இல்லை. எனவே உடனடியாக நாம் கனடா சென்றுவிடலாம்' என்றார் மெல்வில்.

பெற்றோரோடு கனடா சென்றால் தனது சுதந்தரம் பாதிக்கப்படும் என்பதை அலெக் அறிவார். அத்துடன் சமீபத்தில்தான் மேரி என்ற பெண்ணைக் கண்டு காதல் வயப்பட்டிருந்தார் அலெக். மேரி அதுவரையில் திருமணம் தொடர்பாக ஒன்றுமே சொன்னதில்லை. மேரி எப்படியும் கனடா வரச் சம்மதிக்க மாட்டாள் என்று அலெக் நினைத்தார்.

எனவே நேரடியாகப் பதில் சொல்லாமல், பெற்றோருக்கு ஆறுதலாக சில வார்த்தைகளைப் பேசினார். அதையே அவர்கள் சம்மதம் என்று எடுத்துக்கொண்டார்கள்.

அலெக் மேரிக்கு ஒரு கடிதம் எழுதினார். மேரியிடமிருந்து திடமான பதில் எதுவும் வரவில்லை.

21 ஜூலை 1870 அன்று அலெக்கும் அவருடைய பெற்றோரும் கனடாவுக்குச் செல்லக் கப்பல் பிடித்தார்கள்.

5. அடைக்கலம் தந்த அமெரிக்கா

'அலெக், ஏன் கவலையாக இருக்கிறாய்? கனடாவுக்குப் போவது உனக்குப் பிடிக்கவில்லையா?' என்று கேட்டார் மெல்வில்.

'அப்படியில்லை. இனி நான் உங்கள் இருவருக்காகத்தான் வாழப் போகிறேன்.'

'நீ ஒருவன்தானேடா எங்களுக்காக இருக்கிறாய்' என்று எழுதிக்காட்டினாள் அலெக்கின் தாய்.

'அப்பா, எனக்கொரு ஆசை' என்றார் அலெக். 'காதுகேளாதவர்களுக்குச் சேவை செய்து, அதனால் பெரும் புகழ் பெறவேண்டும். மீண்டும் இங்கிலாந்துக்கு வருவதென்றால் அங்குள்ளவர்கள் என்னை வரவேற்கும் அளவுக்குப் புகழ்பெற்ற பிறகே வரவேண்டும்' என்றார் அலெக்.

'அந்த உறுதி போதுமடா மகனே, நீ நிச்சயம் புகழ் பெறுவாய்' என்று வாழ்த்தினார் தந்தை.

வேறு எதில் வெற்றி கிடைக்கிறதோ இல்லையோ, காது கேளாதவர் களுக்குப் பயிற்சியளித்துத் தன்னால் பெயர் பெற முடியும் என்ற நம்பிக்கை அலெக்கிடம் இருந்தது. அதைத் தன் வாழ்க்கை லட்சிய மாகவே கொண்டிருந்தார். அலெக்கின் ஆராய்ச்சிகள் எல்லாமே ஒலியைச் சுற்றியே இருந்தது.

கப்பல் பயணம் 12 நாள்கள் தொடர்ந்தது. அந்தக் கப்பலில் ஒரு பெரிய பியானோ இருந்தது. அலெக் அதை வாசித்தார். கப்பலில் வந்தவர்கள் அவர் இசையைக் கேட்டு மகிழ்ந்தார்கள்.

1870 ஆகஸ்ட் 1 அன்று கப்பல் கனடாவின் கியூபெக் நகரை வந்தடைந்தது.

பிராண்ட்ஃபோர்ட் (Brandford) என்ற ஊரில் ஒரு வீட்டை வாங்கிக் குடியேறினார்கள். அந்த வீட்டில் அலெக் தனது ஆராய்ச்சி சாலையை நிறுவினார்.

இதற்கிடையில் சாரா ஃபுல்லர் பாஸ்டனில் தான் நடத்தும் காது கேளாதவர்கள் பள்ளிக்கு வந்து மாணவர்களுக்குக் கற்றுக்கொடுக்கும் படி மெல்வில் பெல்லை கேட்டுக்கொண்டார். ஆனால் மெல்வில் பெல்லுக்கு அதில் அவ்வளவாக இஷ்டம் இல்லை. ஆனால் அலெக் அந்தப் பணியையத் தான் சந்தோஷமாக ஏற்றுக்கொள்வதாகக் கூறினார். சம்பளம் குறைவாக இருந்தாலும் பரவாயில்லை என்றார்.

1871 ஆகஸ்ட் 5 அன்று அலெக் பாஸ்டன் வந்தார். பீக்கான் ஹில் என்ற இடத்தில் அலெக் தங்குவதற்கு ஏற்பாடு செய்யப்பட்டிருந்தது.

பாஸ்டன் நகரம் கல்வியில் சிறந்த நகரம். அங்கேதான் மிகப் புகழ்பெற்ற மாஸசூஸெட்ஸ் இன்ஸ்டிட்யூட் ஆஃப் டெக்னாலஜி (எம்.ஐ.டி) இருக்கிறது. வந்த நாள் அன்றே, எம்.ஐ.டி.யில் பணிபுரிந்த பேராசிரியர் மன்றோவை அலெக் சந்தித்தார். ஹெல்ம்ஹோல்ட்ஸ் கருவி ஒன்று எம்.ஐ.டி.யில் இருந்தது. அதை அலெக்குக்கு இயக்கிக் காட்டுவதாக மன்றோ சொன்னார். ஜான் டிண்டால் என்பவர் எழுதிய ஒலியியல் புத்தகத்தை மன்றோ அலெக்குக்குக் கொடுத்தார்.

அடுத்த நாள், அலெக் காது கேளாதோர் பள்ளிக்குச் சென்றார். அங்கே முப்பது மாணவ மாணவிகள் படித்துக்கொண்டிருந்தார்கள். கரும் பலகையில் ஒரு முகத்தை வரைந்து ஒலி எழும்பும் இடங்களைக் குறித்து அவற்றை காணும்பேச்சுக் குறிகளால் அலெக் வரைந்து காட்டினார். அரை மணி நேரத்தில் பல மாணவர்கள் ஐந்தாறு ஒலிக் குறியீடுகளைச் சரியாகப் புரிந்துகொண்டார்கள். ஓரிரு நாள்கள் போதனைக்குப் பிறகு மாணவர்களை ஓரிரு வார்த்தைகளைப் பேசவைத்து பள்ளியின் நிர்வாகக் குழுவை அலெக் பிரமிக்க வைத்தார்.

மாலை நேரங்களில் சற்று வயதான காதுகேளாதோருக்கான வகுப்பை எடுத்தார். வயதானவர்கள் சிறுவர்களைவிட வேகமாகக் கற்றுக் கொள்வார்கள் என்ற எண்ணத்தில் சற்று வேகமாகவே அவர்களுக்குக் கற்றுக்கொடுத்தார். ஆனால் வயதான மாணவர்களால் அவருடைய வேகத்துக்கு ஈடுகொடுக்க முடியவில்லை. எனவே, வகுப்பில் மாணவர்களின் எண்ணிக்கை குறைந்தது. எங்கே குறைபாடு என்பதை ஆராய்ந்து தனது வேகத்தைக் குறைத்துக்கொண்டார். அதற்குப் பலன் இருந்தது.

அலெக்குக்கு கோடை ஒத்துக்கொள்ளாது. தலைவலி வந்துவிடும். எனவே, கோடை காலத்தில் பாஸ்டனில் இல்லாமல் பெற்றோர் வசிக்கும் பிராண்ட்ஸ்போர்டுக்கே சென்று தங்குவது என்று முடிவு செய்தார். அலெக் ஊருக்குப் போய்த் திரும்பிவந்ததும் அவருடைய சீரான வருமானத்துக்கு ஏற்பாடு செய்வதாகவும் பல மாணவர்களைச் சேர்த்துவிடுவதாகவும் நிர்வாகிகள் கூறினார்கள்.

பிராண்ட்ஸ்போர்டில், அலெக்கின் சாதனையைக் கேள்விப்பட்ட பலர் தங்களுடைய காதுகேளாத குழந்தைகளுக்குப் பயிற்சியளிக்க வேண்டினார்கள். இதற்கிடையில் பாஸ்டனில் அவரிடம் கற்றுக் கொண்ட மாணவர்கள் அவரை மீண்டும் பாஸ்டனுக்கு வருமாறு கேட்டுக்கொண்டார்கள். எனவே, அலெக் மீண்டும் பாஸ்டன் போக முடிவெடுத்தார்.

ஆனால், பாஸ்டனில் அவர் எதிர்பார்த்த அளவுக்கு மாணவர்கள் வரவில்லை. நல்லவேளையாக, தெரஸா டட்லி என்ற பதினேழு வயது மாணவிக்குத் தனியாகப் பாடம் கற்பிக்கும் வாய்ப்பு கிடைத்தது, அவளுக்குப்பிறவியிலிருந்தே பேசவும் முடியாது, காதும் கேட்காது. நான்கு ஆண்டுகள் காதுகேளாதோர் பள்ளியில் படித்தும், சீராக எந்த ஒலியையும் அவளால் எழுப்ப முடியவில்லை. அவளுக்குக் கற்றுக் கொடுப்பதற்காக அவருக்கு $100 கட்டணம் கிடைத்தது. அவருடைய ஆரம்பகாலச் செலவுகளை ஈடு செய்ய அது உதவியாக இருந்தது.

தெரஸாவுக்கு மிகவும் அக்கறையோடு அவர் கற்றுக்கொடுத்தார். அதிகம் திணிக்காமல், கொஞ்சம் கொஞ்சமாக அவள் புரிந்துகொண்டு திருப்பிச் சொல்லும் வண்ணம் கற்றுக்கொடுத்தார்.

தனது மாணவர்களின் முன்னேற்றத்தைப் பல அறிஞர்கள், கல்வி யாளர்களின் முன்னிலையில் அலெக் நிகழ்த்திக் காட்டினார். நல்ல வரவேற்புக் கிடைத்தது. பல பிரபல அறிவியல் பத்திரிகைகளில் அவருடைய கட்டுரைகள் வெளிவந்தன.

காது கேளாத ஒவ்வொரு குழந்தைக்கும், தான் ஏதாவது செய்ய வேண்டும் என்று அலெக் நினைத்தார். தான் மட்டும் கற்றுக்கொடுத்தால் போதாது, தன்னுடைய முறையை மற்றவர்களும் கற்றுக்கொண்டு, அவர்களும் இதே கல்வியை எல்லா இடங்களுக்கும் கொண்டுசெல்லவேண்டும் என்று விரும்பினார். எனவே, காதுகேளாதோருக்குக் கற்றுக்கொடுக்கும் ஆசிரியர் பயிற்சிப்பள்ளியைத் தொடங்க விரும்பினார்.

ஆனால் அவருடைய தந்தையின் விருப்பம் வேறாக இருந்தது. வெவ்வேறு பள்ளிகளுக்குச் சென்று அலெக், காணும் பேச்சு

முறையைக் கற்றுக்கொடுக்கவேண்டும் என்று மெல்வில் விரும்பினார். அதனால் பணமும் வரும், காணும் பேச்சுத் தொழில்நுட்பமும் பரவும் என்பது மெல்வில்லின் எண்ணம். தந்தை போட்ட முட்டுக்கட்டையால் ஆசிரியர் பயிற்சிப் பள்ளி தொடங்கும் முயற்சியில் காலதாமதம் ஏற்பட்டது.

டிசம்பர் 1871-ல் சோஷியல் சயன்ஸ் அஸோஸியேஷனில் பேசும் போது, 'காணும் பேச்சு'க்கு சில குறியீடுகளை உருவாக்கி அதன் மூலம் உலகின் எந்த மூலைக்கும் தந்தியை அனுப்பலாம். அந்தத் தந்தியை மொழிபெயர்க்க வேண்டிய அவசியமே இல்லை. அதே ஒலியையும் எழுத்துகளையும் அதில் பெறமுடியும்' என்று சொன்னார். அது தந்தி ஆய்வில் பணத்தை முடக்கத் தயாராக இருந்த ஒரு சிலரின் கவனத்தை ஈர்த்தது.

'கார்டினர் ஹப்பர்ட், ஐரோப்பியப் பயணத்தை முடித்துக்கொண்டு வந்துவிட்டார். உங்களைச் சந்திக்க விரும்புகிறார்' என்றார் சாரா ஃபுல்லர்.

'நானும் அவரைச் சந்திக்க மிகுந்த ஆவலோடு இருக்கிறேன். அவரைப் பற்றி நிறையக் கேள்விப்பட்டிருக்கிறேன்' என்றார் அலெக்.

' அவருடைய மகள் மேபெல்லுக்குக் காது கேட்காது. பேசவும் முடியாது.'

'அப்படியா? அவளுக்குக் கற்றுக்கொடுக்க அவர் முயற்சி எடுக்கவில்லையா?'

'நிறைய எடுத்தார். இப்பொழுதுகூட அதற்காகத்தான் ஐரோப்பா சென்று வந்தார். சைகை மூலம் கற்றுக்கொடுப்பது அவருக்குப் பிடிக்க வில்லை. உங்களுடைய கல்விமுறையைக் கேள்விப்பட்டு மிகவும் மகிழ்ந்தார்' என்றார் சாரா ஃபுல்லர்.

மறுநாள், 8 ஏப்ரல் 1872, அலெக்கின் வாழ்க்கையில் மறக்கமுடியாத ஒரு நாளாக அமைந்தது. அவர் சந்தித்தது கார்டினர் கிரீன் ஹப்பர்ட் (Gardiner Greene Hubbard) என்பவரை. அன்று தொடங்கிய பழக்கம், அலெக் தொலைபேசியைக் கண்டுபிடிக்கத் தூண்டுதலாக அமைந்தது. எல்லாவற்றுக்கும் மேலாக அலெக்குக்கு அவருடைய மனைவியைத் தேடித்தந்தது.

ஹப்பர்ட் ஒரு வழக்கறிஞர். தர்ம சிந்தனை உடையவர். பாஸ்டனில் கேம்பிரிட்ஜ் என்ற இடத்தில் வாழ்ந்தார். ஹப்பர்ட், தான் வாழ்ந்த ஊருக்குப் பல வசதிகளைச் செய்து கொடுத்தவர். கேம்பிரிட்ஜ் கேஸ்

லைட்டிங் கம்பெனி, கேம்ப்ரிட்ஜ் ஹார்ஸ் ரயில்ரோட் கம்பெனி ஆகியவை அவர் உருவாக்கியவை. அவருக்குத் தந்தி தொழில் நுட்பத்தில் மிகுந்த ஈடுபாடு இருந்தது. இன்னும் அது சரியாக வளர்க்கப் படவில்லை என்பது அவருடைய கருத்து. எனவே தந்தித் துறையில் யார் ஆய்வு செய்தாலும் அதற்கு ஆதரவுதர அவர் தயாராக இருந்தார்.

அவருடைய ஆறு குழந்தைகளில், முதல் இரண்டு பையன்கள் இறந்துபோனார்கள். மீதி நால்வரும் பெண்கள். இரண்டாவது பெண் மேபெல் தனது நான்காவது வயதில் காய்ச்சலால் பீடிக்கப்பட்டாள். அதன் தீவிரத்தால் அவள் காது முழுச் செவிடாகிவிட்டது. ஆனால், அவள் கூர்மையான புத்தியுடையவள். அவளுக்குப் பேசக் கற்றுக் கொடுக்க முடியுமா என்று பல காதுகேளாதோர் பள்ளிகளில் அவர் விசாரித்தபோது எல்லோரும் 'முடியாது' என்று சொல்லிவிட்டார்கள். சைகை மூலம்தான் புரிந்துகொள்ளக் கற்றுக்கொடுக்க முடியும் என்று சொன்னார்கள். அவர் அதற்கு ஒப்புக்கொள்ளவில்லை.

ஹப்பர்ட், சைகை வழியாக இல்லாமல் குரலாலேயே பேசக் கற்றுக் கொடுக்கும் முறையை யாராவது அறிமுகப்படுத்துவார்களா என்று எதிர்பார்த்துக்கொண்டிருந்தார்.

ஹப்பர்டின் பெண் மேபெல்லுக்குச் சிறுவயது முதல் மேரி ட்ரு என்பவர் பேசக் கற்றுக்கொடுத்து வந்தார். அதில் மேபெல் ஓரளவுக்குப் பேசும் திறமை பெற்றிருந்தாள். ஆனால் அவள் பேசுவது ட்ருவுக்கு மட்டும்தான் புரியும்.

அலெக்கும் ஹப்பர்டும் சந்தித்துப்பேசினார்கள். காதுகேளாதோர் கல்வியைப் பற்றி இருவரின் கருத்துக்களும் ஒத்துப்போயின.

அலெக் அடுத்து ஹார்ட்ஃபோர்ட் அமெரிக்கன் அஸைலம் பள்ளியில் பணிபுரிய, 1 மே 1872 அன்று சேர்ந்தார். தினமும் காலையில் அந்தப் பள்ளியின் வளாகத்தில் அலெக், 250 காது கேளாத மணவர்களுக்குச் சேர்ந்திசைப் பயிற்சி அளித்தார். அந்த மாணவர்களுக்கு அது புது அனுபவமாக இருந்ததுடன் உற்சாகமாகவும் இருந்தது.

அங்கு இருக்கும்போது அலெக்கை இரண்டு நிகழ்ச்சிகள் வெகுவாகப் பாதித்தன.

ஒரு மாணவன் நுரையீரல் நோயினால் இறந்து போகும் நிலையில் இருந்தான். பள்ளி நிர்வாகம் அவனை அவனுடைய பெற்றோரிடம் அனுப்ப முயன்றார்கள். ஆனால், இறக்கும் நேரத்திலும்கூட அவன்தன் பெற்றோரிடம் போக விரும்பவில்லை. அங்கே சென்றால் அவனை யாரும் புரிந்து கொள்ளமாட்டார்கள் என்பதால் பள்ளியிலேயே உயிரை

விட்டுவிடுவதாக அவன் சொன்னான். பெற்றோரைக்கூட வெறுக்கும் அளவுக்குக் காது கேட்காதவர்களும் ஊமைகளும் எப்படித் தனிமைப் படுத்தப்படுகிறார்கள் என்பதைக் கண்டு அலெக் மனம் வெதும்பினார்.

நியூ யார்க்கைச் சேர்ந்த ஒரு பெற்றோர், தங்களுடைய நான்கு வயது செவிட்டு ஊமைப் பெண்ணை அன்பு காட்டாமல், அவளுக்கு எந்தச் சிகிச்சையும் அளிக்காமல் வளர்த்துவிட்டதால், அவள் முரட்டுப் பெண்ணாக வளர்ந்தாள். அவளுடைய தம்பியைப் பிராண்டினாள். பெற்றோரை அடித்தாள். பொருள்களை உடைத்தாள். அவள் என்ன விரும்புகிறாள், என்ன சொல்ல நினைக்கிறாள் என்பதைக்கூடப் பெற்றோர் அறிந்து கொள்ள முயற்சிக்கவில்லை. பிறருடன் பேச, பழக முடியாமல் இருந்தால் குழந்தைகள் உளவியல்ரீதியில் பாதிக்கப்பட்டு, முரடர்களாக மாறிவிடுகிறார்கள் என்பது அலெக்கை வெகுவாகப் பாதித்தது.

காதுகேளாதோருக்குக் கல்வி மிக மிக அவசியம். அதுதான் அவர்களைப் பண்பட்டவர்களாக்கும் என்று சிந்தித்தார் அலெக்.

வாஷிங்டனில் இருந்த நேஷனல் டெஃப் அண்ட் ம்யூட் கல்லூரியில் ஓராண்டு காலம் காணும் பேச்சைக் கற்றுக்கொடுக்கும்படி அலெக்கை அழைத்தார்கள். வாஷிங்டன் சென்றார். அங்கே காணும் பேச்சுக்கு அரசின் உதவியைப் பெறலாம் என நினைத்தார். ஆனால் அந்தக் கல்லூரியின் தலைவர் போட்ட முட்டுக்கட்டையால் அது ஈடேறாமல் போனது.

எனவே, அலெக் மீண்டும் பாஸ்டனுக்கே திரும்பினார்.

★

விஞ்ஞானியாக வேண்டும் என்று ஆசைப் படுகிற யாருக்கும் உகந்த இடமாக, பாஸ்டன் இருந்தது.

மற்ற எந்த நூற்றாண்டுக்கும் இல்லாத பெருமை 19-ம் நூற்றாண்டுக்கு உண்டு. மனிதன் தோன்றிய நாள் முதல் பத்தொன்பதாம் நூற்றாண்டின் தொடக்கம்வரை இருந்த வாழ்க்கை முறைக்கும் பத்தொன்பதாம் நூற்றாண்டின் இறுதியில் அவன் வாழ்க்கை முறை அமைந்த விதத்துக்கும் பெருத்த மாறுபாடு இருந்தது.

1807-ல் ராபர்ட் ஃபுல்டன் முதல் நீராவிப் படகை ஓடவிட்டார். 1831-ல் மைக்கேல் ஃபாரடே டைனமோவைக் கண்டுபிடித்தார். நீராவியால் இயங்கும் மின்சார ஜெனெரேட்டர் 1858-ல் உருவாக்கப்பட்டது. 1877-ல் தாமஸ் ஆல்வா எடிசனுடைய குரல் பதிவு இயந்திரம்

(ஃபோனோகிராப்) கண்டுபிடிக்கப்பட்டது. அதற்குப் பிறகு, எடிசன் மின்சார பல்பைக் கண்டுபிடித்தார்.

பாஸ்டனின் எம்.ஐ.டி., தொழில்நுட்பம் கற்றுக்கொடுப்பதோடு நின்றுவிடவில்லை. மின்னியல், இயற்பியல் ஆராய்ச்சிக்கு வேண்டிய பல கருவிகள் அங்கே உற்பத்தி செய்யப்பட்டன. பலதுறை அறிஞர்களும் அந்தப் பல்கலைக் கழகத்தில் குழுமியிருந்தார்கள். பாஸ்டனிலிருந்து ஏதாவது புதிய கண்டுபிடிப்பு வெளியாகுமா என்று உலகமே கவனித்துக்கொண்டிருந்தது.

ஒரே துறையில் பலரும் ஆராய்ச்சியைத் தொடர்ந்ததால், யார் முந்திச் செல்வது என்பதில் போட்டாபோட்டி நடந்தது. காப்புரிமை பதிவு செய்யும் வழக்கறிஞர்கள், செல்வத்தில் கொழித்தார்கள்.

அந்தச் சூழ்நிலையில்தான் அலெக்சாண்டர் கிரஹாம் பெல் பாஸ்டனில் வசித்தார்.

அப்போது வெஸ்டர்ன் யூனியன் டெலிகிராப் கம்பெனி, செய்தித் தாள்களில் ஒரு விளம்பரம் செய்திருந்தது. அதில் ஜோசஃப் பி ஸ்டெர்ன்ஸ் (Joseph B Stearns) என்பவர் இருமடித் தந்தி அனுப்பும் முறையைக் கண்டுபிடித்திருப்பதாகவும், அதன் உரிமையை வெஸ்டர்ன் யூனியன் வாங்கியிருப்பதாகவும் தெரிவித்திருந்தார்கள்.

அதைப் படித்த அலெக், தான் யோசித்து வைத்திருக்கும் ஹார்மானிக் டெலிகிராபி முறையை நினைவுபடுத்திக்கொண்டார். எடிசனும் அந்த ஆராய்ச்சியில் ஈடுபட்டிருப்பது அலெக்குக்குத் தெரியவந்தது. அலெக், தன்னுடைய ஹார்மோனிக் தந்தி ஆய்வைத் தொடர விரும்பினார். ஆனால் அதற்கான கருவிகளைத் தயார்செய்யவும், உதவியாளர்களை நியமித்துக்கொள்ளவும், காப்புரிமைக்காக வழக்கறிஞர்களுக்குக் கட்டணம் கொடுக்கவும் தன்னிடம் பணமில்லை என்பது அவரைச் சற்றே தயங்கச் செய்தது.

எம்.ஐ.டி.யில் அடிக்கடி அறிவியல் சொற்பொழிவுகள் நடந்தன. அலெக் எந்தச் சொற்பொழிவையும் தவறவிடவில்லை. புகழ்வாய்ந்த ஒலியியல் அறிஞர் ஜான் டிண்டால் அங்கே அடிக்கடி சொற்பொழி வாற்றினார். ஒரு சொற்பொழிவின்போது டிண்டால், மாறுபடும் மின்சாரம் பற்றிக் குறிப்பிட்டார்.

மாறுபடும் மின்தடைக்கு ஏற்ப உருவாகும் மாறுபடும் மின்சாரம், அலெக்கின் சிந்தனையைத் தூண்டியது. அதைப் பயன்படுத்தி மனிதக் குரலை கம்பிகள்மூலம் அனுப்ப முடியுமா என்று அலெக் சிந்தித்தார்.

அதைப்பற்றி தனது தந்தைக்கு அலெக் எழுதினார். ஆனால் மெல்வில்லுக்கு இந்தச் சிந்தனை பிடிக்கவில்லை. மகனைக் கண்டித்து ஒரு கடிதம் எழுதினார். 'அதிர்வுகளின் உதவியால் இரண்டு ஒலிகளுக் கிடையே உள்ள சிறிது வித்தியாசத்தைப் பகுத்தறியும் கருவியைக் கண்டுபிடிப்பதில் நீ அனாவசியமாக உன்னுடைய பொழுதைச் செலவிடுகிறாய்' என மெல்வில் எழுதியிருந்தார். ஆனால் தந்தையின் கடிதம் அலெக்கைத் தளரச் செய்வதற்குப் பதிலாக ஊக்கத்தைக் கொடுத்தது.

இரவு பகல் பாராது ஆராய்ச்சி, காது கேளாதோருக்குக் கல்வி என்று நடந்துகொண்டதால் அவருடைய தலைவலி அதிகமாகியது. இது தெரிந்ததும், மெல்வில் தனது மகனை வேலையை எல்லாம் விட்டு விட்டு உடனே கிளம்பி பிராண்ட்ஃபோர்டுக்கு வந்துவிடுமாறு அழைத்தார்.

தந்தையின் விருப்பத்திற்கேற்ப அலெக் பிராண்ட்ஃபோர்டுக்குப் பயணமானார்.

6. பேராசிரியர் அலெக்

'அப்பா, பாஸ்டன் பல்கலைக் கழகத்தில் பேராசிரியராகப் பணிசெய்ய அழைத்திருக்கிறார்கள். இப்பொழுதுதான் கடிதம் வந்தது' என்று சொல்லிக் கடிதத்தைத் தந்தையிடம் காட்டினார் அலெக்.

'ஆச்சர்யமாக இருக்கிறதே! நீ பட்டப்படிப்புகூட முடிக்கவில்லை. உனக்குப் பேராசிரியர் பதவி கொடுத்திருக்கிறார்களே' என்று வியந்தார் மெல்வில்.

'அதுதானப்பா அமெரிக்கா! இங்கே வெறும் ஏட்டுப்படிப்பைவிட அனுபவத்துக்கும் அறிவுக்கும் மதிப்பு கொடுக்கிறார்கள். பேச்சுக் கலைக்கு என்று பாஸ்டன் பல்கலைக் கழகத்தில் ஒரு துறை தொடங்கப் பட்டிருக்கிறது.

என்னைப்பற்றி நன்கு அறிந்த பேராசிரியர் மன்றோதான் அதன் தலைவர். அவர் சொல்லித்தான் இந்தப் பதவி எனக்குக் கொடுக்கப் பட்டு இருக்கிறது' என்றார் அலெக்.

பாஸ்டன் பல்கலைக் கழகத்தில் பேச்சுக்கலைக்காக ஒரு துறை ஆரம்பிக்கப்பட்டிருந்தது. ஏற்கெனவே அலெக்குக்கு நன்கு அறிமுக மான பேராசிரியர் மன்றோ, அந்தத் துறையின் தலைவராக இருந்தார்.

அலெக் வாரத்துக்குக் குறைந்தது ஐந்து வகுப்புகள் எடுக்கவேண்டும். ஒரு மணி நேரத்துக்கு ஐந்து டாலர் சம்பளம். அவருக்குத் தனி அறை. அதில் தனிப்பட்ட மாணவர்களுக்கும் கற்றுக்கொடுக்கலாம். தன்னுடைய ஆராய்ச்சியையும் தொடரலாம். அலெக்குக்கு இதைவிட வசதியான வேலை கிடைத்திருக்க முடியாது.

பாஸ்டனுக்கு அருகில் சேலம் என்னும் இடத்தில், அவர் பாடம் சொல்லிக்கொடுத்துக்கொண்டிருந்த ஜார்ஜ் சாண்டர்ஸ் என்ற மாணவருடைய வீட்டில் அலெக் தங்கிக்கொண்டார். அங்கிருந்து ரயில்மூலம் பாஸ்டன் பல்கலைக் கழகத்துக்குப் போவார். பல்கலைக் கழகத்திலிருந்து திரும்பிவந்ததும் சாண்டர்ஸுக்குப் பாடம் சொல்லிக் கொடுப்பார்.

ஆரம்பத்தில் பாடம் கற்றுக்கொள்ள ஆறு மாணவர்கள் இருந்தார்கள். ஆனால் ஒரே மாதத்தில் இருபது மாணவர்கள் அவரிடம்சேர்ந்தார்கள்.

அலெக்குடன் சேர்ந்து அபி லாக்கி என்ற பெண்ணும் மாணவர் களுக்குக் கற்றுக்கொடுக்க வேலைக்குச் சேர்ந்தார்.

அலெக்கிடம் படிக்கச் சேர்ந்தவர்களில் முக்கியமானவர் மேபெல் ஹப்பர்ட். கார்டினர் ஹப்பர்டின் மகள். மேபெல் அலெக்கைச் சந்தித்த முதல் நாள், முதல் பார்வை சரியாக இல்லை. அதைப்பற்றி தனது டயரியில் மேபெல் இவ்வாறு எழுதிவைத்தார்: 'பெல்லின் அறையில் அவருடைய வருகைக்காக நானும் மேரியும் காத்திருந்தோம். அவர் உள்ளே நுழைந்தார். ஏனோ அவரை எனக்குப் பிடிக்கவில்லை. கன்னங்கரேலென்ற முடியும் கறுப்பு விழிகளுமாக ஆறடி உயரத்தில் அவர் உள்ளே நுழைந்தார். கசங்கிப் போன கறுப்புக் கோட்டு. எண்ணெய்ப் பிசுக்குத் தலை. அவரைப் பார்த்தால் ஒரு பல்கலைக் கழகப் பேராசிரியர் போலவே எனக்குத் தோன்றவில்லை.'

வாரத்துக்கு ஒரு நாளோ இரண்டு நாள்களோதான் அலெக் மேபெல்லுக்குப் பாடம் எடுத்தார். பிற நாள்களில் அபி பாடம் எடுத்தார். ஆனால், அலெக்கைப் பிடிக்காவிட்டாலும் மேபெல்லுக்கு அவர் கற்றுக்கொடுத்த முறை பிடித்தது. என்றைக்குத் தனக்குப் பெல் கற்றுத்தருவார் என அவரை எதிர்பார்க்கத் தொடங்கினார். அபி பாடம் எடுப்பதை மேபெல் அவ்வளவாக விரும்பவில்லை.

மாணவர்களுக்குக் கற்றுக்கொடுப்பதோடு அலெக் தன்னுடைய தந்தையின் கண்டுபிடிப்பான காணும் பேச்சைப் பிரபலப்படுத்துவதிலும் முழுமூச்சாக இறங்கினார். 1874-ம் ஆண்டு காணும் பேச்சு பயிற்று விக்கும் ஆசிரியர்களின் மாநாடு ஒன்றை நடத்தினார். 60 பேர் கலந்துகொண்டார்கள்.

பல விஞ்ஞானிகள் குழுமியிருந்த கூட்டத்தில், காணும் பேச்சைப் பற்றி அலெக் பேசியதைக் கேட்ட எம்.ஐ.டி.யின் தலைவர், அலெக் எம்.ஐ.டி. க்குள் எந்த அனுமதியுமின்றி எப்பொழுது வேண்டு மானாலும் வரலாம் என்றும் அங்கு சோதனைச் சாலைகளில் இருக்கும்

இயந்திரங்களை எப்பொழுது வேண்டுமானாலும் பயன்படுத்தலாம் என்றும் அனுமதி கொடுத்தார்.

★

அலெக், சாண்டர்ஸின் வீட்டின் அடித்தளத்தில் தனது ஆராய்ச்சிச் சாலையை அமைத்திருந்தார். அங்கு ஹார்மானிக் தந்திமுறை ஆராய்ச்சியில் தினமும் ஈடுபட்டு வந்தார். அந்த ஆராய்ச்சி நடந்து கொண்டிருந்தபோது, இரண்டு பெரிய கண்டுபிடிப்புகளை நெருங்கினார். ஆனால் அவருடைய மனம்முழுதும் ஹார்மானிக் தந்தி முறையிலேயே இருந்ததால் மற்ற இரண்டையும் கவனிக்கவில்லை.

ஒன்று எடிசன் கண்டுபிடித்த போனோகிராஃப். இன்னொன்று அலெக்கே பின்னாளில் கண்டுபிடித்த தொலைபேசி. எடிசன் போனோ கிராஃபை வெளியிட்டபோதுதான்தான் அதைத் தவறவிட்டுவிட்டோம் என்ற உண்மை அலெக்குக்குத் தெரிந்தது. தொலைபேசியைக் கண்டு பிடித்தபிறகுதான் தான் அதை முன்பே நெருங்கியிருந்தது புரிந்தது.

ஜே பெய்ல் (J.Baile) என்பவர் எழுதிய 'மின்சாரத்தின் அற்புதங்கள்' (The Wonders of Electricity) என்ற புத்தகத்தின் பிரெஞ்ச் மொழிபெயர்ப்பு அவருக்குக் கிடைத்தது. அதில் சொல்லப்பட்ட சில கருவிகளைப் படிக்கும்போதுதான், தான் மனிதனுடைய பேச்சை அனுப்பும் கருவியைக் கண்டுபிடிப்பதில் மிக நெருங்கியிருக்கிறோம் என்பது அலெக்குக்குப் புரிந்தது.

ஆனாலும் அலெக், ஹார்மானிக் தந்திமுறையை நோக்கியே தன்னுடைய ஆராய்ச்சியைச் செலுத்தினார்.

★

ஒரு புதுமையான கருவியைச் செய்பவர் காப்புரிமை அலுவலகத்தில் தன்னுடைய கண்டுபிடிப்பைப் பதிவு செய்து காப்புரிமை (பேடண்ட்) வாங்கவேண்டும். இல்லாவிட்டால் அவருக்குப் பிறகு அதைக் கண்டுபிடிப்பவர் தன்னுடைய கண்டுபிடிப்பு என்று அந்தக் கருவியைத் தன்னுடைய பெயரில் பதிவுசெய்துகொள்ள நேரிடும்.

கருவியைச் செய்துமுடிக்கும் முன்னதாகவே அந்த விவரங்களைப் பதிவுசெய்யும் கேவியட் (Caveat) என்ற முன்பதிவு முறையும் இருந்தது. அது பதிவு அலுவலகத்தில் மிகவும் ரகசியமாகப் பாதுகாக்கப்படும். அந்தக் கருத்தை ஒட்டி வேறு யாரேனும் முன்பதிவு செய்ய வந்தால் ஏற்கெனவே செய்யப்பட்டிருக்கும் முன்பதிவைக் காரணம் காட்டி மறுத்துவிடுவார்கள்.

கேவியட் பதிவுசெய்த ஒரு குறிப்பிட்ட காலத்துக்குள் அந்தக் கருத்தைச் செயல்படுத்த, காப்புரிமையைப் பதிவுசெய்துவிட வேண்டும். இல்லை யென்றால் கேவியட் ரத்து செய்யப்படும்.

இங்கு அலெக்குக்கு ஒரு பிரச்னை முளைத்தது. அதுவரையில் அலெக் அமெரிக்கக் குடியுரிமை பெறவில்லை. அவர் பிரிட்டிஷ் குடிமகனாக இருந்தால், அமெரிக்காவில் கேவியட் பதிவுசெய்ய முடியாது என்று கூறிவிட்டார்கள். எனவே அலெக், அமெரிக்கக் குடிமகனாவதற்கு விண்ணப்பித்தார். தான் அமெரிக்கக் குடிமகனாவதற்குமுன் தன்னுடைய கண்டுபிடிப்புகளை வேறு யாரும் பதிவுசெய்துவிடக் கூடாதே என்று கவலைப்பட்டார்.

வெளியே செல்லும்போது, தன்னுடைய கருவிகளையும் தான் எழுதிய குறிப்புகளையும் ஒரு பெட்டியில் வைத்து, பூட்டிவிட்டுத்தான் போவார். தன்னுடைய ஆராய்ச்சியைப் பற்றி அடிக்கடி தந்தைக்கு மட்டும் எழுதிவந்தார். பின்னால் யாராவது அப்படியொரு கருத்து அவருக்குத் தோன்றியதே இல்லை என்று மறுத்தால், அந்தக்கடிதங்கள் சான்றாக இருக்கும் என்பதால் அப்படிச் செய்தார். தன்னுடைய ஆய்வின் ஒவ்வொரு நிகழ்வையும் நாட்குறிப்பில் பதிவு செய்தார்.

கேவியட் பதிவுசெய்யத்தான் ஒருவர் அமெரிக்கக் குடிமகனாக இருக்க வேண்டும். ஆனால் காப்புரிமையைப் பதிவுசெய்ய ஒருவர் அமெரிக்கக் குடிமகனாக இருக்கவேண்டிய அவசியமில்லை. ஆனால், காப்புரிமையைப் பதிவுசெய்ய வெறும் கருத்தை எழுதிக்கொடுத்தால் போதாது. அந்தக் கருத்தின்படிச் செயல்படக்கூடிய கருவியையும் காட்டவேண்டும்.

அலெக்சாண்டர் கிரஹாம் பெல் தயாரித்த ஹார்மானிக் தந்தி்க் கருவி, அவரே செய்தது என்பதால் நல்ல வடிவமைப்போடு இல்லை. அதை நல்ல வடிவத்தில் செய்யவேண்டும் என்றால், அதற்கு ஒரு நல்ல மெக்கானிக்கை நியமிக்கவேண்டும். அதற்கு வேண்டிய பணவசதி அலெக்கிடம் அப்போது இல்லை. அத்துடன் இந்தப் பதிவு வேலை களையெல்லாம் செய்கிற வக்கீலுக்குக் கொடுக்கவேண்டிய பணமும் அவரிடம் இல்லை.

ஏழையாக இருக்கிற விஞ்ஞானி, ஒரு பணக்காரரின் ஆதரவு இல்லாமல் எளிதாகக் காப்புரிமையைப் பெற்றுவிட முடியாது. அந்தக் காப்புரிமை செயல்படுத்தப்பட்டால், விஞ்ஞானி பெறும் ஆதாயத்தைவிட, அவரை ஆதரிக்கும் பணக்காரர் பெறும் ஆதாயம்தான் அதிகமாக இருக்கும்.

தான் பிரிட்டிஷ் குடிமகனாக இருப்பதால், தன்னுடைய கண்டு பிடிப்பை பிரிட்டிஷ் அரசுக்குச் சமர்ப்பித்து அதன்மூலம் ஏதேனும்

ஈட்டுத்தொகையைப் பெறமுடியுமா என்று அலெக் யோசித்தார். அதற்காக பிரிட்டிஷ் தந்தித்துறை மேலாளருக்கு ஒரு கடிதம் எழுதினார்.

அதற்கு வந்த பதில் அவரை அதிர்ச்சிகொள்ள வைத்தது.

இவ்வளவு பணம் கொடுப்போம் என்று சொல்லாமல், அந்தக் கருவி தங்களுக்குப் பயன்பட்டால், அதை அலெக்தான் செய்தார் என்பது நிரூபிக்கப்பட்டால், எவ்வளவு பணம் கொடுக்கப்படும் என்பதைத் தபால் தந்தித் துறைத் தலைவர்தான் தீர்மானிப்பார் என்றும் அந்தக் கருவியைப் பற்றிய தகவல்களை ரகசியமாக வைத்திருக்க இயலாது என்றும் பதில் கடிதம் கூறியது.

அலெக் மேற்கொண்டு பிரிட்டிஷ் தந்தித் துறையுடன் எந்தத் தொடர்பும் வைத்துக்கொள்ளவில்லை.

★

லியோன் ஸ்காட் என்ற பிரெஞ்சுக்காரர் கண்டுபிடித்த ஃபோன்-ஆட்டோகிராப் (Phonautograph) என்ற கருவியை அலெக் பார்க்க நேர்ந்தது. அதன் வாய்ப்பக்கம் இருக்கும் அகலமான கூம்பில் பேசினால், ஒலி அதிர்வுகளுக்கேற்ப, அதன் மறு முனையில் உள்ள புகையூட்டப்பட்ட கண்ணாடியில் படமாகத் தெரியும்.

அலெக் பார்த்த இன்னொரு கருவி, ருடால்ப் கோனிக் (Rudolph Koenig) என்னும் பிரெஞ்ச் விஞ்ஞானி கண்டுபிடித்த மானோமெட்ரிக் ஃப்ளேம் (Manometric Flame).

அதிலும் ஒரு குழாயில் பேசினால் அந்தப் பேச்சின் அதிர்வுகள் ஒரு மெல்லிய தகட்டை அதிரச் செய்யும். அந்த அதிர்வுகளுக்கு ஏற்ப உள்ளே இருக்கும் எரிவாயுவின் அழுத்தம் மாறும். அந்த மாற்றத்துக் கேற்ப, எரியும் நெருப்புச் சுடரின் வடிவம் மாறும். அதை நான்கு கண்ணாடிகளில் பிரதிபலிக்கச் செய்தால் ஒவ்வொரு ஒலியும் ஒவ்வொரு வகையான வடிவத்தை உருவாக்கும். ஒன்று ரம்பத்தின் பல்லைப்போல(saw toothed). மற்றொன்று லேஸ் பின்னல் வடிவில் பல நிறங்களோடு. மற்றொன்று நீல நிற ஒளியைச் சுற்றிவிட்டுச் சிகப்பொளி. இப்படி மாறி மாறிக் காட்டின.

எந்த ஒலிக்கு எந்த வடிவமும் வண்ணமும் வரும் என அறிய முடிந்தால், அந்த வண்ணத்தையும் வடிவத்தையும் பார்த்து அந்த ஒலியைக் காது கேளாதோரை எழுப்பச் சொல்லமுடியுமே, இது அவர்களுக்குப் பெரிய பயனுள்ளதாக இருக்குமே என நினைத்தார் அலெக். அது மட்டுமல்ல. காணும் பேச்சு உண்மையிலேயே

காணும் பேச்சாக மாறும். காணும் பேச்சின் ஒவ்வொரு ஒலிக்கும் வண்ணமும் வடிவமும் கொடுக்கமுடியும்.

அலெக் ஃபோன்-ஆட்டோகிராபையும் மானோமெட்ரிக் ஃபிளேமையும் இணைத்துச் சிந்தித்தார். ஃபோன்-ஆட்டோகிராபை ஓர் உருளையின் சுவர்களில் வரையச் செய்து, ஒரு சிறிய துளை வழியாகக் காற்றை விரைந்து அனுப்ப முடிந்தால், அது பேசப்பட்ட ஒலியை எழுப்பும் எனச் சொன்னார். ஆனால் அதைப் போன்ற ஒரு கருவியை எடிசன் மூன்று ஆண்டுகளுக்குப் பிறகு ஃபோனோகிராபாகக் கண்டுபிடித்தார்.

அலெக்சாண்டர் கிரஹாம் பெல் மட்டும் தீவிரமாகத் தொடர்ந் திருந்தால் எடிசனுக்கு முன்னதாக போனோகிராபை கண்டுபிடித் திருப்பார். ஆனால், அந்த நேரத்தில் அவருக்கு அது தோன்றவில்லை.

★

அலெக்சாண்டர் கிரஹாம் பெல்லுக்குப் போட்டியாக, அதே சமயம் சிகாகோவைச் சேர்ந்த எலிஷா கிரே என்ற விஞ்ஞானி, பலமடித் தந்தி முறையில் புதிய கண்டுபிடிப்புக்காக ஆராய்ச்சியில் ஈடுபட்டிருந்தார். ஆரம்பகாலத்தில் ஒரு தச்சராக வேலை செய்த அவர், தன்னுடைய சொந்த உழைப்பால் மின்னியலைக் கற்றுச் சிறந்த மின்சார நிபுணர் ஆனார்.

வெஸ்டன் எலெக்ட்ரிக் கம்பனியின் மின் பிரிவில் கண்காணிப் பாளராகப் பணிபுரிந்தார். இரண்டு ஆண்டுகளுக்குப்பிறகு அந்த நிறுவனத்தின் உதவியுடன் ஆராய்ச்சிக்காகவே தன் முழு நேரத்தையும் செலவிடத் தொடங்கினார்.

கிரே, ஆயிரம் மைல்களுக்கும் அப்பால் எழுப்பப்படும் ஒலியை, தன்னுடைய ஒலிவாங்கும் கருவியில் கேட்க முடியும் என்றார். அந்தச் செய்தி, நியூ யார்க் பத்திரிகைகளில் வெளியானது. நல்லவேளையாக பாஸ்டன் பத்திரிகைகள் அந்தச் செய்தியைக் கண்டுகொள்ளாமல் விட்டுவிட்டன. அலெக் அதைப் படித்திருந்தால் நிச்சயம் அதைரியம் அடைந்திருப்பார். இடைவிடாமல் முயன்று ஒரு நிலையை அடைந்த பிறகுதான் அவருக்கு எலிஷா கிரேயின் ஆய்வு பற்றித் தெரிய வந்தது. அப்பொழுது 'நீயா, நானா' என்ற போட்டியாக அது மாறியது.

ஹார்ட்போர்ட் கரண்ட் என்ற பத்திரிகையில் பேராசிரியர் ஜாசெஃப் லோவெரிங் என்பவர் எலிஷா கிரேயின் கருவியைப் பார்த்துவிட்டு எழுதினார்: 'டெலிபோன் என்ற பெயரில் ஒரு கருவியை சிகாவோவைச் சேர்ந்த எலிஷா கிரே என்பவர் உருவாக்கியிருக்கிறார்.

அந்தக் கருவியைப் பயன்படுத்தி, கம்பி வழியாக இசையை எவ்வளவு தொலைவுக்கும் அனுப்ப முடியும் என்று அவர் சொல்கிறார். அதே

முறையில் மனிதனுடைய குரலையும் ஒருநாள் கம்பி மூலம் அனுப்ப முடியும் என்று கிரே சொல்கிறார். ஆனால் இதை நோக்கி எந்த முயற்சியும் செய்யப்பட்டதாகத் தெரியவில்லை.'

ஆனால் அந்தச் செய்தி வருவதற்கு இரண்டு மாதங்களுக்கு முன்பாகவே அலெக்சாண்டர் கிரஹாம் பெல் அந்த முயற்சியில் அடியெடுத்து வைத்துவிட்டார் என்பது அவருக்குத் தெரியாது.

பிராண்ட்ஃபோர்டில் தங்கியிருந்தபோது, விட்டுவிட்டு இயங்கும் மின்சாரத்தை உருவாக்கும் ஓர் உருளைக் கருவியைச் செய்தார். 16 ஜூலை 1874 அன்று, அலெக் அந்தக் கருவியில் பேசியபோது மெலிதான ஒலியைக் கேட்டார். ஆனால் அது தெளிவான குரலாக இல்லை. ஆனால் கருத்தளவில் அன்றுதான் டெலிபோன் உருவானது.

23 நவம்பர் 1874 அன்று தன்னுடைய தந்தைக்கு எழுதிய கடிதத்தில் தன் கருத்தையும் வழிமுறையையும் தெளிவாகக் குறிப்பிட்டார்.

தனக்கு மின்சாரத்தைப் பற்றி அதிகம் தெரியாததால் அந்தக் கருத்தை வெளியில் சொன்னால் தன்னைக் கேலி செய்வார்களோ என்று பயந்து யாரிடமும் சொல்லவில்லை என்றும், தனக்கு மிக வேண்டிய மின்னியல் வல்லுனர் மோசெஸ் ஃபார்மரிடம் மட்டும் சொன்ன தாகவும், அவர் மின்னியல் அடிப்படையின்படி எல்லாம் ஒழுங்காகத் தான் இருக்கிறது என்று தெரிவித்ததாகவும் எழுதியிருந்தார்.

த்தளவில் அன்றே தொலைபேசி பிறந்துவிட்டாலும், அதற்கு ஓர் ஆண்டுக்குப் பின்னர்தான் மற்றவர்கள் அந்தக் கருத்துக்கே வந்தனர். தனக்கு மின்சாரத்தைப் பற்றி அதிகம் தெரியாதது ஒருவகையில் நல்லதாகப் போய்விட்டது என்றும், தெரிந்திருந்தால் தொலை பேசியின் அடிப்படைக் கொள்கையைப் பற்றிச் சிந்தித்திருக்கவே மாட்டேன் என்றும் சொன்னார் அலெக்.

7. காதல் காதல் காதல்

அலெக்கின் மனத்தை மேபெல் அதிகமாக ஆக்கிரமித்தார். ஆனால் மேபெல்லின் தந்தை ஹப்பர்ட் பெரும் பணக்காரர். அலெக்கிடம் பணமில்லை. எந்த ஆராய்ச்சியும் பணம் சம்பாதிக்கக்கூடிய அளவுக்கு இன்னும் கனியவில்லை. இந்த நிலையில் தன்னுடைய காதலைச் சொல்லவும் முடியாது. மறுத்துவிட்டால் என்ன செய்வது?

ஒரு பணக்காரனைத் திருமணம் செய்வதற்காகவே மேபெல் பேசுவதற்குப் பயிற்சி எடுத்துக்கொள்கிறாள் என்பது அவருக்குத் தெரியவந்தது. எனவே தன்னுடைய காதலை மனத்திலேயே மறைத்து வைத்தார். மேபெல்லைத் திருமணம் செய்துகொள்ளத் தான் ஒரு பணக்காரன் ஆகவேண்டும். அப்படி ஆகவேண்டும் என்றால், எப்படியும் எதையாவது கண்டுபிடித்தே ஆகவேண்டும் என்ற வெறி அவரை உடல்நிலையையும் பொருட்படுத்தாமல் ஆராய்ச்சியில் தீவிரமாக இறங்கவைத்தது.

மேபெல்லைச் சென்று அவருடைய வீட்டில் சந்திக்க வேண்டும் என்ற ஆவலை பலமுறை அடக்கிப் பார்த்தும் அது கட்டுக்கடங்காமல் போனதால் 1874-ம் ஆண்டு அக்டோபர் மாதத்தில் ஒருநாள் மாலைப் பொழுதில் துணிந்து அவருடைய வீட்டுக்குச் சென்றார். அது ஐந்து ஏக்கர் பரப்பில் அமைந்த வீடு. கேம்ப்ரிட்ஜ் நகரில் அமைந்திருந்தது.

வீட்டைச் சுற்றிலும் மரங்கள். அவை இலை உதிர்க்கத் தயாராக, அவற்றின் வண்ணத்தை மாற்றிக் கொண்டிருந்தன. எப்பொழுதும் பசுமையாக இருக்கும் ஒரு சில மரங்கள் மட்டும் வண்ணம்

மாறாமலிருந்தன. ஒரு புறம் அழகிய பூக்களின் தோட்டம். பெரிவிங்கில் பூக்கள் தலையாட்டி அவரை வரவேற்றன. வெளியிலே அழகிய கோணவடிவில் துருத்திக்கொண்டிருக்கும் ஜன்னல்களிலும் ரோஜாப்பூ செடிகள். மிக ரம்மியமான அந்தச் சூழ்நிலையில் நெஞ்சு நிறையக் காதலைச் சுமந்து கொண்டு காதலியின் கடைக்கண் பார்வைக்காக ஏங்கி அந்த வீட்டுக்குள் நுழைந்தார் அலெக். கூடவே, எப்படி வரவேற்கப்படுவோமோ என்ற அச்சம் வேறு.

வரவேற்பறையில் தொங்கிக் கொண்டிருந்த திரைச் சீலைகளும் தங்கச் சரிகைக் குஞ்சங்களும் ஹப்பர்டின் செல்வச் செழிப்பையும் கலை ஆர்வத்தையும் காட்டின. வரவேற்பறைக்குள் நுழைந்ததும் அவரை திருமதி ஹப்பர்ட் மிக அன்போடு வரவேற்றார். தன்னுடைய மகளின் பேச்சு எந்த அளவுக்கு முன்னேறியிருக்கிறது என்பதைத் தாய் அறிந்திருந்தார். அதற்குக் காரணம் அலெக்தான் என்பதால், அலெக்கின் வரவு திருமதி ஹப்பர்டுக்கு மகிழ்ச்சியைக் கொடுத்தது.

வந்து அமர்ந்து சிறிது நேரம் பேசிக்கொண்டிருந்தார். மேபெல் கண்ணில் படவில்லை.

தாம் சென்று வருவதாகச் சொன்னார். தேநீர் அருந்திவிட்டுச் செல்லலாம் என்று திருமதி ஹப்பர்ட் சொன்னதால் இன்னும் கொஞ்ச நேரம் இருக்கும் வாய்ப்பு அவருக்குக் கிடைத்தது.

அங்கே இருந்த பியானோ அவரை ஈர்த்தது.

திருமதி ஹப்பர்டிடம், 'உங்களுக்கு இசையில் ஆர்வம் அதிகமோ?' என்று கேட்டார் அலெக்.

'பியானோவில் வாசிப்பது எனக்கு மிகவும் பிடிக்கும். உங்களுக்கும் இசையில் ஆர்வம் உண்டு என்று மேபெல் சொல்லியிருக்கிறாள். கொஞ்சம் பியானோவில் வாசியுங்களேன்' என்றார் திருமதி ஹப்பர்ட்.

பியானோவைப் பார்த்தாலே அலெக்குக்குக் கை அரிக்கும். திருமதி ஹப்பர்ட் சொன்னதும் எழுந்து பியானோவின் முன் இருந்த இருக்கையில் அமர்ந்து வாசித்தார். பியானோ இசையைக் கேட்டு வீட்டில் இருந்த மற்றவர்கள் வந்தார்கள். மேபெல்லின் தந்தை கார்டினர் ஹப்பர்டும் வந்து அருகில் அமர்ந்து ரசித்தார்.

பியானோவில் வாசித்துக்கொண்டிருந்த அலெக் திடீரென்று வாசிப்பதை நிறுத்திவிட்டு கார்டினர் ஹப்பர்ட்டைப் பார்த்து, 'வாயினால் இசைக்கப் படும் சுதியை பியானோ தானாகவே வாசிக்கும் தெரியுமா?' என்று கேட்டார். தன்னுடைய கம்பீரமான இனிய இசையால் அதை

நிரூபித்தும் காட்டினார். சற்றுத் தொலைவில் அமர்ந்திருந்த ஹப்பர்ட் இன்னும் கொஞ்சம் நெருங்கிவந்தார்.

'சுதி கூட்டப்பட்ட இசைக்கருவி அதே அலைவரிசையில் உள்ள தந்தி அதிர்வை

ஏற்று ஒலிக்கும் தெரியுமா?' என்று ஹப்பர்டிடம் கேட்டார்.

ஹப்பர்ட் இன்னும் கொஞ்சம் நெருங்கி வந்தார். அவர் சரியான வியாபாரி. எனவே அலெக்கிடம், 'இந்த இசைக்கருவி தந்திச் செய்தியைப் பிரதிபலிப்பதால் என்ன பயன்?' என்று கேட்டார்.

'இந்த முறையைப் பயன்படுத்தி ஒரே கம்பியில் பல தந்திச் செய்திகளை ஒரே சமயத்தில் அனுப்ப முடியும்' என்றார் அலெக்.

தன் உடலில் மின்சாரம் பாய்ந்ததுபோல் சடாரென எழுந்தார் ஹப்பர்ட். அலெக்கின் அருகில் விரைந்தார். அவருடைய தோளில் கையைப் போட்டு, 'பெல், வாருங்கள், உங்களுடன் நான் சற்றுத் தனியாகப் பேச வேண்டும்' என்றார்.

அலெக்குக்கு அது ஓர் இன்ப அதிர்ச்சி. அந்த நிமிடத்தில் மேபெல்கூட அவருடைய நினைவிலிருந்து சற்றே மறைந்தார். அவ்வளவு பெரிய மனிதர் நெருக்கமாக வந்து எழுந்து நின்று தோளில் கையைப் போட்டு அழைக்கிறார் என்றால், தான் சொன்ன செய்தி அவரை வெகுவாகக் கவர்ந்திருக்க வேண்டும் என்று அலெக்குக்குப் புரிந்தது.

தன்னுடைய ஹார்மானிக் தந்தி பற்றி விரிவாகச் சொன்னார் அலெக். ஹப்பர்ட் முழுமையாக ஈர்க்கப்பட்டார்.

★

'பலமடித் தந்தி' என்ற சொல்லே ஹப்பர்டுக்கு வெறியேற்றிவிடும். அதற்கு ஒரு வரலாறு இருக்கிறது.

அவருக்கும் அதே பாஸ்டனில் வாழ்ந்து வந்த இன்னொரு பெரிய மனிதருக்கும் இடையே கடந்த ஆறு ஆண்டுகளாக நடந்து வரும் போராட்டம்தான் அதற்குக் காரணம்.

வெஸ்டர்ன் யூனியன் என்னும் நிறுவனம், அந்த நாட்டிலேயே மிகப்பெரிய தந்திச் சேவை வழங்கும் நிறுவனம். இன்னும் பல நிறுவனங்கள் இருந்தாலும் எவையுமே வெஸ்டர்ன் யூனியன் அளவுக்குப் பெரியதல்ல. தன்னுடைய ஏகபோக உரிமையால் வெஸ்டர்ன் யூனியன், தந்திக் கட்டணத்தை அளவுக்கு மேல் வசூலித்து வந்தது.

கடிதங்களைப் போலவே தந்தியையும் மலிவான செலவில் அனுப்ப முடியும் என்றார் ஹப்பர்ட். தந்தி முறையில் மேலும் தீவிர ஆராய்ச்சிகள் செய்தால், தந்திக் கட்டணத்தைக் குறைக்க வழி பிறக்கும் என்றார். வெஸ்டர்ன் யூனியன் தந்தித் துறையில் ஆராய்ச்சியை மேற்கொள்ள விரும்பாது; ஏனெனில் இப்போது இருக்கும் தொழில்நுட்பத்தை வைத்தே நிறையப் பணம் சம்பாதிக்கிறது என்றார் ஹப்பர்ட்.

கட்டணம் குறைக்கப்படவேண்டும் என்றால், அரசு சார்பிலேயே ஒரு நிறுவனத்தைத் தொடங்கவேண்டும் என்றும், அதற்கு 'யுனைடெட் ஸ்டேட்ஸ் போஸ்டல் அண்ட் டெலகிராப் கம்பெனி' என்று பெயர் கொடுக்கலாம் என்றும், தந்திகளை தற்போதுள்ள கட்டணத்தில் பாதிக்கட்டணத்தில் அனுப்பமுடியும் என்றும் ஹப்பர்ட் சொன்னார்.

ஹப்பர்ட் தன்னுடைய சுயலாபத்துக்காகத்தான் இப்படியெல்லாம் பேசுவதாகக் குற்றம் சாட்டியது வெஸ்டர்ன் யூனியன்.

ஹப்பர்ட் தன்னுடைய திட்டத்துக்கு ஆதரவு தேடி, அரசியல் கட்சிகளின் தலைவர்களிடம் பேசினார். 'ஹப்பர்ட் பில்' என்ற தலைப்பில் ஹப்பர்டின் திட்டம் காங்கிரஸின் (நாடாளுமன்றத்தின்) ஒவ்வொரு கூட்டத்திலும் சமர்ப்பிக்கப்பட்டது. தன்னுடைய வியாபாரத் தையும் கவனிக்காது ஒவ்வொரு வருடமும் வசந்த காலத்தில் காங்கிரஸ் கூடும் சமயம் ஹப்பர்ட் வாஷிங்டனில் தங்கினார்.

ஹப்பர்டின் செயல்பாடுகளால் தங்களுடைய லாபம் பறிபோய்விடும் என்று வெஸ்டர்ன் யூனியன் தலைவர் எரிச்சலடைந்தார். ஹப்பர்டுக்கு எல்லாவகையிலும் இடைஞ்சல் கொடுத்தார்.

ஹப்பர்ட் ஆதாயம் தேட முயல்கிறார் என்று அவருடைய எதிரிகள் பொய்ப் பிரசாரம் செய்தார்கள். செலவுக்காக, தன்னுடைய மாமனாரிடம் கடன் வாங்கும் அளவுக்குச் சென்றார் ஹப்பர்ட். தன்னுடைய வீட்டையும் சொத்தையும் விற்றாவது போராடுவேன் என்றார் ஹப்பர்ட். அவருடைய மனைவி, 'இது உங்களுக்குத்தேவையா? நல்லது செய்யப் போய் கெட்ட பெயர் சம்பாதித்துக்கொண்டு நிற்கிறீர்களே!' என்றார். என்றாலும், ஹப்பர்ட் அதை விடுவதாக இல்லை.

1874-ம் ஆண்டு ஹப்பர்ட் பில் (அதாவது அரசே ஒரு தந்தி நிறுவனத்தை ஆரம்பிக்க வேண்டும் என்ற கோரிக்கை) அனுமதிக்கப்பட்டுவிடும் என்று நம்பும் அளவுக்கு அதற்கு ஆதரவு கிடைத்தது. அதைப் பற்றி விசாரிக்க அமைத்த செனட் குழுவில் வெஸ்டர்ன் யூனியன் நிறுவனத் தலைவர் வில்லியம் ஆர்ட்டனும் இடம் பெற்றார்.

ஆர்ட்டன், தன்னுடைய நிறுவனம் தீவிரமான ஆராய்ச்சியில் ஈடுபட்டிருக்கிறது என்றும் ஸ்டெர்ன்ஸ் கண்டுபிடித்த இருமடித் தந்தி முறையை விலைகொடுத்து வாங்கிவிட்டோம் என்றும் சொன்னார்.

'தந்தியின் வளர்ச்சி இருமடித் தந்தியோடு நின்றுவிடாது. நான்கு, எட்டு, பதினாறு என்று அது பெருக முடியும். தந்தியின் முன்னேற்றம் இவ்வளவுதான் என்று யாரும் முடிவாகச் சொல்லிவிட முடியாது. அது எல்லையற்றது' என்றார் ஹப்பர்ட்.

அந்தச் சமயத்தில் தாமஸ் ஆல்வா எடிசன் நான்குமடித் தந்திமுறையைக் கண்டுபிடித்தார். அதை அறிந்த வெஸ்டர்ன் யூனியன் உடனே விரைந்து செயல்பட்டு எடிசனிடமிருந்து அதன் உரிமையை விலைக்கு வாங்கி விட்டது.

இதற்குமேல் தந்தியில் வேறு எதையும் செய்துவிட முடியாது என்று ஆர்ட்டன் தம்பட்டம் அடித்தார்.

★

இந்தச் சூழ்நிலையில்தான் அலெக்சாண்டர் கிரஹாம் பெல் ஹப்பர்ட்டைச் சந்தித்தார்.

பியானோவில் எத்தனை கட்டைகள் இருக்கின்றனவோ அத்தனை மடித் தந்திகளை அனுப்ப முடியும் என்றும், மேலும் ஆராய்ந்தால், அதை இவ்வளவு என்று எல்லை வகுக்காமல் செய்ய முடியும் என்றும் அலெக் கூறினார். இது போதாதா ஹப்பர்டுக்கு? அவருடைய ஆய்வின் எல்லாத் தகவல்களையும் உடனே திரட்டும்படியும் அவற்றை உடனடியாகக் காப்புரிமை அலுவலகத்தில் முன்பதிவு செய்ய வேண்டும் என்றும் ஹப்பர்ட் சொன்னார்.

அலெக் தங்கிவந்த வீட்டின் சொந்தக்காரரான சாண்டர்ஸும் அலெக்கின் கண்டுபிடிப்பில் தீவிர ஆர்வம் காட்டினார். ஆனால் சாண்டர்ஸூக்கு சமீபத்தில்தான் வியாபாரத்தில் பெரிய இழப்பு ஏற்பட்டிருந்தது. அலெக் அவரைச் சந்தித்து ஹப்பர்டிடம் தான் ஹார்மானிக் தந்திமுறை பற்றிச் சொல்லியிருப்பதாகவும், அவர் உடனே உரிமையைப் பதிவு செய்யவேண்டும் என்று விரும்புவதாகவும் சொன்னார்.

ஹப்பர்ட்டைப் பற்றி நன்கு அறிந்த சாண்டர்ஸ், அலெக் ஹப்பர்டிடம் சற்று ஜாக்கிரதையாக இருக்கவேண்டும் என்றும், அதேசமயம் ஹப்பர்ட் ஒருவரால்தான் எந்தத் தடையையும் எதிர்த்து வெற்றி பெறமுடியும் என்பதையும் எடுத்துச் சொன்னார்.

அலெக் அவரிடம், தானே முன்பதிவு செய்ய ஏற்பாடு செய்வதாகச் சொன்னார். ஆனால் அலெக்கிடம் பணம் இல்லாத காரணத்தால், சாண்டர்ஸ் பண உதவி செய்தால், கண்டுபிடிப்பில் பாதிப்பங்கை சாண்டர்ஸுக்குத் தருவதாக வாக்களித்தார் அலெக்.

இதற்கிடையில், அலெக்கோடு சேர்ந்து ஆய்வு செய்த டாக்டர் கிளாரன்ஸ் என்பவர் அலெக்கைச் சந்தித்து, 'எனக்கு எலிஷா கிரே என்பவர் அவருடைய சோதனைகளை விளக்கிக் கடிதம் எழுதியிருக்கிறார். அதில் ஒலியைத் தந்திக் கம்பி வழியாக அனுப்பும் அவருடைய ஆய்வைப் பற்றிக் குறிப்பிட்டிருக்கிறார். இதோ, இந்தக் கடிதத்தைப் பாருங்கள்' என்று சொல்லி அவர் அனுப்பியிருந்த கடிதத்தைக் கொடுத்தார்.

ஆனால் அலெக், கிரேயின் கடிதத்தைப் பார்க்க மறுத்துவிட்டார். தான் அந்தக் கடிதத்தைப் பார்த்து அதை டாக்டர் கிளாரென்ஸ் பதிவு நாட்குறிப்பில் எழுதிவைத்தால், பின்னாளில் ஏதாவது வழக்கு வந்தால், கிரேயின் கடிதத்தைப் பார்த்து, தான் அவருடைய கருத்தைத் திருடிவிட்டதாகச் சொல்வார்கள் என்று அலெக் பயந்தார்.

அலெக் தன்னுடைய தந்திக் கொள்கையை வரைபடங்கள் மூலம் விளக்கி, கிளாரென்ஸிடம் கொடுத்து வைத்தார். அவர் அந்தப் படங்களையும் விளக்கங்களையும் பத்திரப்படுத்தி வைத்திருந்தார். பின்னாளில் அலெக் பல வழக்குகளில் சிக்க நேர்ந்தபோது, அவர் தேதியிட்டு எழுதிக்கொடுத்த வரைபடங்களும் விளக்கங்களும் அவருடைய முன்னுரிமையை நிரூபிக்க உதவின.

★

ஹப்பர்ட், காப்புரிமை அலுவலகத்துக்குச் சென்று வேறு யாராவது பலமடித் தந்தி முறையைப் பதிவு செய்திருக்கிறார்களா என்று பார்த்தார். எந்த உரிமைப் பதிவும் இல்லாததால், ஹார்மானிக் தந்தி ஆய்வைத் தொடர்ந்து செய்து முடிக்குமாறு அலெக்கைக் கேட்டுக் கொண்டார். அவருக்கு ஆராய்ச்சிக்கு வேண்டிய பணத்தைத் தாம் தருவதாகவும் தனக்கு காப்புரிமையில் ஒரு பகுதியைத் தரவேண்டும் என்றும் ஹப்பர்ட் சொன்னார்.

மேபெல் மேல் இருந்த காதலால், அவளுடைய தந்தை என்பதால், அலெக் அதற்கு ஒப்புக்கொண்டார். சாண்டர்ஸ், ஹப்பர்ட் இருவரும் பணம் செலவழிப்பது என்றும், அலெக் ஆராய்ச்சி செய்வது என்றும், மூவருக்கும் சம பங்கு உரிமை என்றும் தீர்மானம் ஆனது.

தனக்கு நல்ல காலம் பிறந்துவிட்டது என்ற நம்பிக்கை முதல்முதலாக அலெக்குக்கு வந்தது. அவரிடம் தனியாகப் படிப்பதற்காக

மாணவர்கள் பெருமளவில் வந்தார்கள். அலெக், அமெரிக்கக் குடிமகனாவதற்கான உறுதிமொழியை அளித்திருந்தார். ஓரிரு மாதங்களில் அமெரிக்கக் குடிமகன் ஆகிவிடலாம். காப்புரிமையைப் பதிவு செய்யும் வக்கீலிடம் முதல் கேவியட்டுக்கான (முன்பதிவு) ஆவணங்களைக் கொடுத்தாகிவிட்டது.

'இப்பொழுது உன்னிடம் இருக்கும் கண்டுபிடிப்பு ஆவணங்களையும் சாதனங்களையும் அப்படியே கிடைக்கிற பணத்துக்கு ஹப்பர்ட்டுக்கும் சாண்டர்ஸூக்கும் விற்றுவிட்டு உன்னுடைய தொழிலைப் பார். அதுதான் உனக்கு நல்லது' என்று தந்தை மெல்வில் அறிவுரை கூறினார். ஆனால் அவருடைய அறிவுரையை அலெக் ஏற்றுக்கொள்ளவில்லை.

அலெக் தன்னுடைய ஆராய்ச்சிக்கு உதவியாக ஓர் உதவியாளரை நியமித்துக்கொள்ளலாம் என்றும், அதற்குத் தேவையான சம்பளத்தைத் தாம் கொடுப்பதாகவும் ஹப்பர்ட் கூறினார். ஹப்பர்டிடம் அந்த நிலையில் பணம் பெறுவது தன்னுடைய கௌரவத்தைப் பாதிக்கும் என்பதால் அலெக் அந்த உதவியை மறுத்துவிட்டார். தனியாகவே இயங்கினார்.

வாரத்தில் இரண்டு நாள்கள் மட்டுமே அலெக் தந்தி ஆய்வில் இறங்கினார். ஆய்வில் அலெக் போதிய கவனம் செலுத்தவில்லை என்று ஹப்பர்டுக்கு எரிச்சல் வந்தது. வெஸ்டர்ன் யூனியன் தலைவர் ஆர்ட்டனை முறியடித்துத் தன் கௌரவத்தைக் காப்பாற்றப்போகும் போர்வாள் அலெக்சாண்டர் கிரஹாம் பெல் என்று எண்ணிக் கொண்டிருந்த ஹப்பர்டுக்கு, அலெக்கின் காலதாமதம் எரிச்சல் கொடுத்ததில் வியப்பில்லை.

★

அலெக்கின் போட்டியாளர் எலிஷா கிரேயும் தன்னுடைய ஆய்வில் மிக வேகமாக முன்னேறிக்கொண்டிருந்தார். வாஷிங்டனில் ஹப்பர்டைச் சந்திக்கும்போதெல்லாம் ஆர்ட்டன், கிரே பலமடித் தந்தியைக் கண்டு பிடித்துவிட்டார் என்று சொல்லி வெறுப்பேற்றிக்கொண்டிருந்தார்.

ஆனால் பலரிடம் பேசிப் பார்த்ததில் கிரே இசைத் தந்தியைப் பற்றிய ஆய்வில்தான் ஈடுபட்டிருக்கிறார் என்றும் பலமடித் தந்தியில் மிகச்சிறிய முன்னேற்றம் மட்டுமே ஏற்பட்டிருக்கிறது என்றும் தெரியவந்தது. என்றாலும், பின்னாளில் வழக்குகளைச் சந்திக்க நேரலாம் என்பதற்காக, அலெக்கின் அன்றாட ஆய்வின் முடிவுகளை ஒரு புத்தகத்தில் குறித்துவைத்துக்கொள்ளும்படியும் தேதியிட்டு ஒப்பமிட்டு அதன் நகல் ஒன்றைத் தினம் தனக்கு அனுப்பும்படியும் ஹப்பர்ட் சொன்னார்.

அலெக், கேவியட் ஆவணங்களை காப்புரிமை வக்கீல் அந்தோனி போலக் என்பவருக்கு அனுப்பினார். அவற்றை ஆராய்ந்த போலக், எலிஷா கிரே தாக்கல் செய்திருக்கும் ஒரு கேவியட்டில் ஹார்மானிக் தந்தி தொடர்பாக ஒரு சிறு குறிப்பு இருப்பதாகவும், அலெக் தன்னுடைய கேவியட்டைச் சமர்ப்பித்தால் அது கிரேயின் கருத்தோடு ஒத்துப்போவதாகச் சொல்லி, அலெக்கின் மனு தள்ளுபடி செய்யப்பட வாய்ப்புண்டு என்றும் சொன்னார். எனவே கேவியட் பற்றி கவலைப் படாமல், கருவியைக் கண்டுபிடித்ததும், நேரடியாகக் காப்புரிமைக்கே மனு செய்துவிடலாம் என்றும் அறிவுறுத்தினார்.

ஆனால், கருவியை உடனடியாகச் செய்யவேண்டும்.

எனவே அலெக், தனக்குத் தெரிந்த நம்பகமான அறிஞர்களிடமெல்லாம் கேட்டுப் பார்த்தார். மோஸஸ் ஃபார்மர், அலெக்கின் ஆய்வு சரியான திசையில்தான் போகிறது; நிச்சயம் வெற்றியடையும் என்று சொல்லி அலெக்குக்கு உதவுவதற்காக ஜார்ஜ் ஹாமில்டன் என்பவரை அனுப்பினார். ஹாமில்டன் ஃபார்மரிடம் உதவியாளராக இருந்தவர். வரைபடங்களைப் பார்த்துக் கருவிகள் செய்வதில் கைதேர்ந்தவர்.

கிரே ஒரு சிறந்த எலெக்ட்ரீஷியன். ஆனால் ஒலியைப் பற்றிய அறிவு அலெக்குக்கு அதிகம். இருவருக்கும் இடையே நடக்கும் ஓட்டப் பந்தயத்தில் யார் வெற்றிபெறுவார்கள்?

ஹாமில்டனின் உதவியுடன் அலெக் இரண்டு மூன்று வடிவங்களில் ஒலி அனுப்பும், ஒலிவாங்கும் கருவிகளைச் செய்து நண்பர்களுக்குக் காட்டினார். ஆனால் அந்தக் கருவிகள் நண்பர்களைத் திருப்திப்படுத்த வில்லை. நண்பர்கள் சுட்டிக்காட்டிய குறைகளை ஹாமில்டன் உதவியோடு சீர் செய்தார்.

இதற்கிடையில் திடீரென ஹாமில்டன் வேலையிலிருந்து நிற்பதாகச் சொல்லிவிட்டார்.

நல்ல வேளையாக தாமஸ் வாட்ஸன் என்ற ஓர் இளைஞன் அலெக்கிடம் வேலை செய்ய வந்தார்.

வாட்சன் தன்னுடைய 18-வது வயதில் வில்லியம்ஸ் என்பவர் நடத்திவந்த கடையில் வேலைக்குச் சேர்ந்தவர். அவர் சிறந்த கருவிகள் தயாரிப்பாளர். தன்னுடைய தலைக்கு மேல் ஓர் ஒளிவட்டம் இருப்பதாக அவருக்கு ஒரு பிரமை. அலெக்ஸாண்டர் கிரஹாம் பெல்லை முன்பு ஒருமுறை வில்லியம்ஸின் கடையில் வாட்சன் சந்தித் திருக்கிறார். அலெக்கின் கம்பீரமான தோற்றமும் அறிவுக்கூர்மையும் வாட்சனைக் கவர்ந்தன. தான் சந்தித்த முதல் படிப்பாளி அவர்தான் என்று பின்னாளில் வாட்சன் சொன்னார்.

வில்லியம்ஸின் கடையில் பணிபுரிந்துகொண்டே அலெக்குக்கும் வாட்சன் உதவவேண்டும் என்பது உடன்பாடு.

வில்லியம்ஸ் கடைதான் விஞ்ஞானிகள் குழுமும் இடம். அங்கேதான் பல விஞ்ஞானச் சாதனைகளை உருவாக்கிய கருவிகள் செய்யப் பட்டன. எப்பொழுதும் அங்கே கருவிகள் செய்யும் ஓசை கேட்டுக் கொண்டே இருக்கும். எந்தவிதமான கருவிகளையும் செய்யும் ஆட்கள் அங்கே இருந்தார்கள். வாட்சனைப் போன்ற திறமைசாலி அலெக்குக்கு உதவியாளராகக் கிடைத்தது அலெக்கின் அதிர்ஷ்டம் என்றே கூற வேண்டும். வாட்சன், சொல்வதை உடனே கிரகித்துக்கொண்டு அப்படியே செயல்படுபவர்.

வாட்சன் அலெக் இருவரின் கூட்டு முயற்சியால் ஒரு கருவி உருவாகியது. அது சிறப்பாகச் செயல்பட்டது. அதில் மேலும் மேலும் புதுப்புது மாற்றங்களை நிகழ்த்தினார்கள்.

இதற்கிடையே இன்னொரு அதிர்ச்சி தரும் செய்தி வந்தது.

அலெக்கின் கேவியட்டைக் கவனித்துவந்த வக்கீல் ஜோசப் ஆடம்ஸ் என்பவர் 'உங்களுக்கு என்னுடைய சேவை மேலும் தேவையா? அல்லது இதே ஆய்வு செய்யும் வேறொருவருக்கு உதவச் செல்லலாமா?' என்று கேட்டு அலெக்குக்குக் கடிதம் எழுதியிருந்தார். அவரை நம்பிப் பல ஆவணங்களை அவரிடம் ஒப்படைத்திருந்தார் அலெக். அவர் கட்சி மாறினால் அலெக்கின் அத்தனை ரகசியங்களும் போட்டி யாளரைச் சென்றடைந்துவிடும்.

எனவே, பதறிப்போய் வாஷிங்டனில் இருந்த ஹப்பர்டுக்கு அலெக் தந்தி கொடுத்தார். ஹப்பர்ட் ஆடம்ஸை மிரட்டிப் பணியவைத்தார். அது மட்டுமல்ல, ஏன் ஆடம்ஸ் அப்படி நடந்துகொண்டார் என்பதற் கான காரணங்களையும் கண்டுபிடித்தார்.

ஆராய்ச்சியும் கருவி உருவாக்குதலும் தொடர்ந்து நடைபெற்றது.

அலெக்கும் வாட்சனும் சேர்ந்து உருவாக்கிய கருவியை எடுத்துக் கொண்டு அலெக் வாஷிங்டனுக்கு ரயிலேறினார். மறுநாள் ஹப்பர்டின் வாஷிங்டன் வீட்டில் அந்தக் கருவி சோதனைக்காக இணைக்கப் பட்டது. அதற்கு வேண்டிய மின்கலம் அந்த ஊரில் இருந்த ஒரே ஒரு மின்சாரக் கடையில்தான் கிடைக்கும். அந்தக் கடைக்காரர் பழுதடைந்த மின்கலத்தைக் கொடுத்தனுப்பினார்.

அதுமட்டுமல்ல, அந்தக் கடையிலிருந்து ஒரு பையன் வந்து வாசலில் நின்று என்ன நடக்கிறது என்பதை வேடிக்கை பார்ப்பதுபோல் பார்த்துக்

கொண்டிருந்தான். தன்னுடைய சோதனையை முறியடிக்க யாரோ செய்த சதி அது என்பதை அலெக் அறிந்தார். கருவியின் பாகங்கள் ஒவ்வொன்றையும் தனித்தனியாகக் கவனித்து இணைத்துச் சரிசெய்து கொண்டிருந்தபோது அவசர அவசரமாக ஹப்பர்ட் உள்ளே வந்தார்.

இன்னும் அரை மணி நேரத்தில் வெஸ்டர்ன் யூனியன் தலைவர் ஆர்ட்டன், அலெக்கின் கருவியைக் காண்பதற்கு இங்கே வரப்போகிறார் என்றார் ஹப்பர்ட். மின் கலம் பழுது பட்ட நிலையில் என்ன செய்வது என்று அலெக்குக்குப் புரியவில்லை. எப்படியோ அதன் பாகங்களைப் பிரித்துச் சரி செய்தார்.

'நீயா, நானா' என்ற போட்டியில் தான் ஜெயித்துவிட்டதைக் காண்பிக்கவே ஹப்பர்ட் ஆர்ட்டனை தன்னுடைய வீட்டுக்கு அழைத் திருந்தார். அலெக்குக்கு ஒரே பதற்றம். அந்தக் கருவி சரியாக வேலை செய்கிறதா என்று பார்ப்பதற்குக்கூட நேரமில்லை, அதற்குள் ஹப்பர்ட் ஆர்ட்டனை அழைத்துவிட்டாரே என்ற கோபம் உள்ளூர இருந்தாலும் அதை வெளியே காட்டிக்கொள்ளவில்லை. ஆர்ட்டன் வருவதற்குள் கருவியைச் சோதித்துப்பார்த்தார். அது நன்கு இயங்கியது.

அது தோல்வியடைந்தால் ஹப்பர்டின் கௌரவம் பாதிக்கப்படுவது மட்டுமல்ல, எலிஷா கிரேயின் கை மேலோங்கிவிடும் என்கிற பயமும் இருந்தது.

கருவி இயங்கத் தொடங்கிய அரை நிமிடத்தில் ஆர்ட்டன் உள்ளே வந்தார். என்ன மாதிரிக் கருவி என்று நின்று பார்த்தார். அலெக் அந்தக் கருவியை இயக்கினார். என்ன அதிசயம்! முன்னைவிடச் சிறப்பாக அது இயங்கியது. கொஞ்ச நேரம்தான் அங்கிருப்பேன் என்று சொன்ன ஆர்ட்டன், அதை மீண்டும் மீண்டும் இயக்கச் சொல்லிப் பார்த்தார். ஒரு மணி நேரத்துக்குமேல் அங்கே தங்கினார். நியூ யார்க்குக்குத் தன்னுடைய அலுவலகத்துக்கு வந்து வெஸ்டர்ன் யூனியனின் தொலைதூரத் தந்திக் கம்பியில் இணைத்துச் செயல்படுத்திக் காட்டச் சொன்னார்.

அலெக் வாஷிங்டன் செல்லப்போகிறார் என்பதை அறிந்த எலிஷா கிரே, அலெக் வருவதற்கு இரண்டு தினங்களுக்குமுன், தான் ஏற்கெனவே முன்பதிவு செய்திருந்த இரண்டு கருத்துகளை மீள்பதிவு செய்தார். அதில் ஒன்று ஹார்மானிக் தந்தி தொடர்பானது. அந்தப் பதிவில், ஹார்மானிக் தந்தியைப் பற்றிய சிந்தனை தனக்கு ஓராண்டுக்கு முன்பே தோன்றியது என்று குறிப்பிட்டிருந்தார்.

ஆனால் அதற்கு மூன்று ஆண்டுகளுக்கு முன்பே அந்தச் சிந்தனை அலெக்குக்குத் தோன்றியது என்பதற்கான ஆதாரங்களை அவர்

வைத்திருந்தார். எனவே, அலெக்கின் வக்கீல்கள் அவருக்கு நம்பிக்கை யூட்டினார்கள்.

காப்புரிமை அலுவலகத்தைச் சேர்ந்த ஒருவர் செவிடு, ஊமை. அவருக்கு அலெக்கின் நேர்மையைப் பற்றி நன்றாகத் தெரியும். அது அலெக்குக்குச் சாதகமாக அமையும் என்று எதிர்பார்த்தார்கள். வக்கீல்களின் ஆலோசனைப்படி ஹார்மானிக் தந்தி தொடர்பாக அலெக் மூன்று காப்புரிமை மனுக்களைப் பதிவு செய்தார். ஒவ்வொன்றிலும் ஒவ்வொரு சிறு மாற்றம் செய்து பதிவு செய்யப்பட்டது. ஒரு காப்புரிமை மனு அனுமதிக்கப்பட்டது. ஆனால் மற்ற இரண்டும் வேறு இருவருடைய கருத்தோடு ஒத்துப்போனதால் அனுமதிக்கப்படவில்லை.

அலெக் வாஷிங்டனில் தங்கியிருந்த நாள்களில் முதலாவதாக விஞ்ஞானி ஜோசஃப் ஹென்றியைச் சந்தித்தார். அவரிடம் தன்னுடைய ஹார்மானிக் தந்தியைப் பற்றி விளக்கினார். ஹென்றி ஆர்வத்துடன் அந்தக் கருவியை உடனே பார்க்க விரும்பினார்.

ஆனால் வயதான ஹென்றியைத் தொந்தரவு செய்யக்கூடாது என்பதால் மறுநாள் அவர் இருக்கும் இடத்துக்கே அந்தக் கருவியை எடுத்துவந்து இயக்கிக் காட்டினார். இசையை அனுப்பும் இதே கருவியின்மூலம் அடுத்து மனிதக் குரலையும் அனுப்பும் ஆராய்ச்சியிலும் தான் ஈடுபட்டிருப்பதாகச் சொன்னார்.

'அது நிச்சயமாக ஒரு சிறந்த கண்டுபிடிப்பாக இருக்கும்' என்றார் ஹென்றி. 'ஆனால், இதே முறையில் ஏற்கெனவே ஒருவர் ஆராய்ச்சி செய்துள்ளார். உங்களுடைய கருவியில் உள்ள ஐவ்வால் (Diaphragm) மனிதக் குரலை அனுப்ப முடியாது' என்றார் ஹென்றி.

'இப்பொழுது நான் என்ன செய்யவேண்டும். தயவு செய்து சொல்லுங்கள். என்னுடைய கருத்துகளை விஞ்ஞானப் பத்திரிகை களில் வெளியிட்டுவிட்டு வேறு யாராவது அவற்றைத் தொடரட்டும் என விட்டுவிடட்டுமா? அல்லது நானே தொடர்ந்து அதற்கான கருவியைச் செய்யட்டுமா?' என்று கேட்டார் அலெக்.

'தயவு செய்து நான் செய்த தவறை நீங்களும் செய்யாதீர்கள். என் கருத்தை எடுத்துக்கொண்டு, மோர்ஸ் தந்தி அனுப்பும் கருவியைக் கண்டுபிடித்தார். எனக்குக் கொடுக்கப்படவேண்டிய உரிமை கிடைக்க வில்லை. நீங்களே தொடர்ந்து செய்யுங்கள்' என்றார் ஹென்றி.

'உங்களிடம் வெட்கத்தைத்தவிட்டு ஒன்று சொல்கிறேன். எனக்கு மின்சாரத்தைப் பற்றிய அறிவு அவ்வளவாகப் போதாது. என்ன செய்ய?' என்று கேட்டார் அலெக்.

'உறுதியான குரலில் அலெக்கை நேரடியாகப் பார்த்து அந்த விஞ்ஞானி சொன்னார், 'அதைப் பெறுக!' (Get it!)

'அப்பா, அவருடைய அந்த இரண்டு சொற்கள் எனக்கு எவ்வளவு ஊக்கம் கொடுத்தன என்பதைச் சொல்ல வார்த்தைகள் இல்லை' என்று தன் தந்தைக்கு எழுதிய கடிதத்தில் குறிப்பிட்டார் அலெக்.

மனிதனுடைய பேச்சை அனுப்பும் முயற்சியில் இறங்கலாம் என்று ஹென்றி சொல்லிவிட்டால், அதையும் உடனடியாகக் கவனிக்க வேண்டும் என்று அலெக் விரும்பினார்.

அந்தக் காலத்தில் விஞ்ஞான அறிவு ஓரளவு வளர்ந்திருந்தாலும், சில விஷயங்களைப் பொறுத்தமட்டில் மூட நம்பிக்கையில் மக்கள் மூழ்கிக் கிடந்தார்கள். மனிதனுடைய பேச்சு கடவுளால் படைக்கப்பட்டது. அதனோடு விளையாட யாருக்கும் உரிமையில்லை என்று ஒரு பத்திரிகை எழுதியது.

அதே நேரம், ஹப்பர்டும் அலெக்கின் மனிதக்குரல் தொடர்பான ஆராய்ச்சிகளைத் தள்ளிவைத்துவிட்டு, பலமடித் தந்தி ஆராய்ச்சியில் முழுமூச்சாக இறங்கும்படி சொல்லிக்கொண்டிருந்தார். உடனடியாகப் பணம் தேவை என்பது அலெக்குக்கும் தெரிந்தது. எனவே, ஹார்மானிக் தந்தி ஆராய்ச்சியில் தீவிரமாக இறங்குவது என்று தீர்மானித்தார்.

வாஷிங்டனிலிருந்து பாஸ்டன் செல்லும் வழியில் வெஸ்டர்ன் யூனியன் அலுவலகத்துக்குச் சென்று தொலைதூரத் தந்திக் கம்பியில் தன்னுடைய கருவியை இணைத்து இயக்கிக் காட்டினார்.

சில நாள்கள் கழித்து மீண்டும் அங்கு சென்று வெஸ்டர்ன் யூனியன் தலைவர் ஆர்ட்டன், அதன் மின்னியல் பொறியாளர் ப்ரெஸ்காட் ஆகியோரிடம் தன்னுடைய கண்டுபிடிப்பைப் பற்றி நீண்ட நேரம் பேசினார்.

200 மைல் நீளக் கம்பியில் இணைத்து அதை இயக்கியபோது, மிக நன்றாக இயங்கியது. 'மின்காந்தத் திறன் குறைந்ததாக இருக்கிறது, என்றாலும் நன்றாகச் செயல்படுகிறது. மின்காந்தத் திறனை அதிகப் படுத்தினால் இன்னும் நன்றாகச் செயல்படும்' என்றார் ப்ரெஸ்காட்.

'வேண்டுமானால் இந்தக் கருவியை இங்கேயே விட்டுவிட்டுச் செல்கிறேன். மின்காந்தத்தின் திறனை அதிகமாக்கிச் சோதித்துப் பாருங்களேன்' என்றார் அலெக்.

மின்காந்தத்திறனை அதிகரிக்கும்படி அந்தக் கருவியை அங்கிருந்த தொழிலகத்துக்கு அனுப்பினார் ப்ரஸ்காட்.

'பிற்பகலில் வாருங்கள். மீண்டும் சோதித்துப் பார்க்கலாம்' என்றார் ப்ரஸ்காட்.

பிற்பகல் அலெக் போனபோது, வரவேற்பு வேறுவிதமாக இருந்தது. அலெக் வந்ததைக் கவனிக்காததுபோல ஆர்ட்டன் வேறு யாருடனோ நீண்ட நேரம் பேசிக்கொண்டிருந்தார். அவருடைய கருவி இன்னும் தொழிலகத்திலிருந்து வந்திருக்கவில்லை.

பேசிக்கொண்டிருந்தவரை அனுப்பிவிட்டு ஆர்ட்டன், அலெக் அருகில் வந்து அமர்ந்தார். எதிரே இருந்த நாற்காலியில் கால்களை நீட்டி வைத்தார். அலெக் பேசத் தொடங்கினார்.

திடீரென ஆர்ட்டன் அவரை இடைமறித்து, 'மிஸ்டர் பெல். நீங்கள் வருவதற்குக் கொஞ்ச நேரத்துக்கு முன்னால்தான் எலிஷா கிரே என்னைப் பார்க்க வந்திருந்தார். அவர் மிகப் பெரிய மின்னியல் நிபுணர், தெரியுமா? அவரும் ஹார்மானிக் தந்தியை அனுப்பக்கூடிய கருவியைச் செய்திருக்கிறார். அத்துடன் ஒப்பிடும்போது, உங்கள் கருவி கேவலமானது.

உங்களுக்கு வெஸ்டர்ன் யூனியனைப் பற்றி என்ன தெரியும்? நாங்கள் நினைத்தால் மெலிந்தவனை மேலே தூக்கிவிடுவோம், வலியவனைக் கீழே தள்ளிவிடுவோம். எதையோ கண்டுபிடித்துவிட்டு, தாங்கள் கண்டுபிடித்ததுதான் சிறந்தது என்று சிலர் நினைத்துக் கொண்டிருக் கிறார்கள்' என்று சொல்லிக் கடகடவென்று சிரித்தார் ஆர்ட்டன்.

அலெக்குக்கு அவருடைய பேச்சு அதிர்ச்சியைத் தந்தது.

'என்னுடைய கருவியைக் கொடுக்கச் சொல்லுங்கள். நான் போகிறேன்' என்றார் பெல்.

'இருங்கள், இருங்கள். இன்னும் பேச வேண்டியது இருக்கிறது' என்றார் ஆர்ட்டன். தொடர்ந்து, 'இந்தக் கண்டுபிடிப்பில் கார்டினர் ஹப்பர்டுக்கும் ஈடுபாடு உண்டா' என்று கேட்டார்.

'ஆமாம். சாண்டர்ஸ், ஹப்பர்ட், நான். எங்கள் மூவருக்கும் இதில் சம பங்கு இருக்கிறது' என்றார் அலெக்.

'அப்படியென்றால் ஹப்பர்டுக்குச் சாதகமாயிருக்கும் எதற்கும் வெஸ்டர்ன் யூனியன் ஆதரவு அளிக்காது. நீங்கள் தனியாகச் செய்யும் எந்தக் கண்டுபிடிப்புக்கும் நாங்கள் ஆதரவளிக்கிறோம். நீங்கள் எப்பொழுது வேண்டுமானாலும் எங்கள் தொலைதூரக் கம்பிகளில் உங்கள் கருவியை இணைத்துச் சோதனை செய்துகொள்ளலாம். ஹப்பர்ட், வெஸ்டர்ன் யூனியனுக்குப் பெரும் இழப்பை

ஏற்படுத்தியிருக்கிறார். அதனால் அவருடன் நாங்கள் எந்த வகையிலும் உறவு வைத்துக்கொள்ள முடியாது' என்றார் ஆர்ட்டன்.

அன்று மாலை ஹப்பர்ட் நியூ யார்க்குக்கு வந்தார். அவர் அலெக்கிடம், 'நான் உங்களுடன் கூட்டுச் சேர்ந்திருப்பதால் உங்களுக்குப் பிரச்னை என்றால் நான் விலகிக் கொள்ளத் தயார்' என்றார். அதற்கு அலெக் சம்மதிக்கவில்லை. அவர் மேபெல்லின் தந்தை ஆயிற்றே! அது ஒன்று போதாதா?

ஹப்பர்ட் ஒரு சிறந்த வியாபாரி. அவருக்கு வெஸ்டர்ன் யூனியனின் மாறுபட்ட போக்குக்குக் காரணம் புரிந்தது. அதை முறியடிப்பதற்கான திட்டங்களைத் தீட்டினார். ப்ரெஸ்காட்டும் ஆர்ட்டனும் அலெக்கின் கருவியை மேலும் சோதனை செய்து பார்த்து அது மிகச் சிறப்பாக இயங்குவதைக் கண்டார்கள் என்ற தகவலை ஹப்பர்ட் எப்படியோ தெரிந்துகொண்டார்.

ஹப்பர்டுக்கு நன்மை தரும் எதையும் ஆர்ட்டன் வாங்க விரும்ப மாட்டார் என்பது ஹப்பர்டுக்குத் தெரிந்தது. ஆனால் ஒரு நல்ல திட்டத்தைக் கைவிட்டுப் போகவும் ஆர்ட்டன் விரும்பமாட்டார். எனவே, வெஸ்டர்ன் யூனியனுடைய போட்டியாளர்களைச் சந்தித்து அவர்களிடம் ஒப்பந்தம் செய்து கொள்ள முயற்சிப்பது என்று ஹப்பர்ட் தீர்மானித்தார்.

அதைப் பார்த்துக்கொண்டு வெஸ்டர்ன் யூனியன் சும்மா இருக்காது. ஆர்ட்டனுக்கு ஹப்பர்ட் மேல் உள்ள வெறுப்பைவிட, தன் போட்டி கம்பெனிகள் அலெக்கின் கருவியைப் பெற்றுவிடக்கூடாது என்கிற பயம் இருக்கும் என்பது ஹப்பர்டின் எண்ணம்.

இதற்கிடையில், ஆர்ட்டனின் பேச்சு அலெக்கை மிகவும் வருத்தம் அடையச் செய்தது. எலிஷா கிரே தன்னுடைய கருவியை உருவாக்கு வதற்கு முன்னதாக, தன்னுடைய கருவியைத் தான் எப்படியாவது மேம்படுத்தவேண்டும் என்று உறுதி எடுத்துக்கொண்டார்.

8. தொலைபேசி பிறந்தது

'புரொஃபெஸர் பெல், நீங்கள் இரண்டில் ஒன்றை நிறுத்தியே ஆகவேண்டும்' என்றார் பெல்லைப் பரிசோதித்த மருத்துவர்.

'இரண்டுமே எனக்கு முக்கியமானவை. எதை விடுவது என்று தெரியவில்லை' என்றார் அலெக்.

'ஆய்வை நிறுத்துங்கள். அல்லது கற்றுக்கொடுப்பதை நிறுத்துங்கள். ஏற்கெனவே உங்கள் உடல்நிலை மோசமாக இருக்கிறது. இரண்டை யும் தொடர்ந்தால் எதையும் உருப்படியாகச் செய்யமுடியாது' என்றார் மருத்துவர்.

வெஸ்டர்ன் யூனியனில் நடந்த நிகழ்வு, அலெக்கின் உடல்நிலையைக் கடுமையாகப் பாதித்தது. சாண்டர்ஸைத் தவிர மற்ற தனிப்பட்ட மாணவர் களுக்குக் கற்றுக்கொடுப்பதை நிறுத்திவிட்டார். பாஸ்டன் பல்கலைக் கழகத்தில் கற்றுக்கொடுப்பதுமட்டும் தொடர்ந்து கொண்டிருந்தது.

ஹப்பர்டும் சாண்டர்ஸும் இணைந்து வாட்சனுக்கு வாரம் 13.25 டாலர் சம்பளம் கொடுத்தார்கள். அலெக்குக்குச் சம்பளம் ஏதும் தரப்பட வில்லை. சில சமயங்களில் தன்னுடைய உதவியாளனிடமேகூடக் கடன் கேட்கும் சூழ்நிலை அலெக்குக்கு உருவானது. மேபெல்மீது கொண்டிருந்த காதலால் அவருடைய தந்தையிடம் பண உதவி கேட்க அலெக்கின் தன்மானம் இடம் கொடுக்கவில்லை.

பாஸ்டன் பல்கலைக் கழகத்தின் தலைவர் மன்றோ அலெக்கின் நிலையை அறிந்து அடுத்த ஓர் ஆண்டுக்கான சம்பளத்தை முன்பண

மாகக் கொடுத்தார். அந்த உதவி மட்டும் சரியான சமயத்தில் கிடைத்திருக்காவிட்டால், அலெக் ஆடிப்போயிருப்பார். அவரால் அவருடைய ஆராய்ச்சியில் தொடர்ந்திருக்க முடியுமா என்பதுகூட சந்தேகம்தான்.

அலெக் பலமடித்தந்தியில் ஆய்வு செய்தபோது, அவர் கண்டுபிடித்த இன்னொன்று 'ஆட்டொகிராப் டெலிகிராபி'. அது முடியும் நிலையில் இருந்தது. அதேசமயம், ஹப்பர்டுடன் ஏற்பட்ட ஒப்பந்தப்படி பெல் ஹார்மானிக் தந்தியையும் தொடர்ந்தே ஆகவேண்டும்.

மின்சாரத்தைப் பற்றி அதிகம் தெரியாது என்பது அலெக்கைக் கவலை கொள்ளச்செய்தது. ஆனால் தந்தியைக் கண்டுபிடித்த மார்ஸுக்கும் தான் மின்சாரத்தைப் பற்றித் தெரியாது. அவர் வர்ணம் பூசுபவர். அவர் வெற்றி பெறவில்லையா? எனவே, தன்னாலும் முடியும் என்று தன் மனத்தைத் தேற்றிக்கொண்டார்.

4 மே 1875 அன்று அலெக், ஹப்பர்டுக்கு எழுதிய ஒரு கடிதத்தில் இவ்வாறு குறிப்பிட்டார்:

'கம்பியின் இழுவைக்கு ஏற்ப மின்சாரம் மாறும் என்று எங்கோ படித்த நினைவு. அப்படியென்றால் அதிர்ந்து கொண்டிருக்கும் ஒரு கம்பி வழியாக மின்சாரத்தை அனுப்பினால் மாறுபட்ட தடை ஏற்பட்டு மின்சாரத்தின் அளவு மாறும். எனவே, ஒலியால் அதிர்வை ஏற்படுத்தி அதை மின்மாற்றங்களாக அனுப்ப முடியும்.'

இதுதான் தொலைபேசியின் தத்துவம். இந்தக் கடிதத்தின் மூலம் தொலைபேசித் தத்துவத்தின் முன்னுரிமையை பெல் பெற்றார்.

ஒலியை அனுப்ப ஓர் ஊடகம் தேவை. ஒலி பரவ, காற்றோ அல்லது திரவ, திடப்பொருளோ தேவை. ஆனால் அப்படிப் பரவும் ஒலி, கொஞ்சம் கொஞ்சமாக மங்கி, குறிப்பிட்ட தூரத்துக்குப் பிறகு கேட்காமலேயே போய்விடும்.

ஆனால் மின்சாரம் வெகுதூரம் கம்பியின் வழியாகப் பாய்ந்து செல்லும். இதை அடிப்படையாகக் கொண்டுதான் தந்தி இயங்குகிறது. மார்ஸ் கோட் என்பதை வைத்து ஆங்கில எழுத்துக்கள், எண்கள் அனைத்தையும் மின்சார சிக்னல்களாக தந்திக் கம்பியின்மூலம் அனுப்பமுடியும். ஆனால் இசையையோ, குரலையோ எப்படி அனுப்புவது?

அங்குதான் அலெக்கின் கருத்து உபயோகமாகிறது. இசையை அல்லது பேச்சை எப்படியாவது மின்சார சிக்னலாக மாற்றவேண்டும். இந்தத் தத்துவத்தையும் ஒரு பியானோவையும் பயன்படுத்தி, அலெக்

அவருடைய நண்பரின் வீட்டுக்கு பியானோ இசையை அனுப்ப முயன்றார். அவர் கேட்ட ஒலி, பியானோவின் இசையா அல்லது வெளியில் அடித்த காற்றின் ஒலியா என்று அவரால் நிர்ணயிக்க முடியவில்லை. ஆனால் அவருடைய உள்ளுணர்வு 'அலெக், நீ நெருங்கிவிட்டாய்' என்று கூறியது.

2 ஜூன் 1875. நல்ல வெயில் நேரம். வெயில் என்றாலே பெல்லுக்கு ஒத்துக் கொள்ளாது. ஆனால் செய்துபார்த்தே ஆகவேண்டும் என்ற முடிவோடு வாட்சனும் அலெக்கும் கருவிகளை இயக்கிக்கொண்டிருந்தார்கள். அலெக் தன்னுடைய மாடி அறையில் மூன்று ஒலியனுப்பும் கருவி களையும் மூன்று ஒலிவாங்கும் கருவிகளையும் அருகிலிருந்த வாட்சனின் அறையில் மூன்று ஒலிவாங்கும் கருவிகளையும் இணைத்தார்.

முதல் ஒலியனுப்பும் கருவியின் விசையை அழுத்தியபோது, அதோடு தொடர்புடைய இரண்டு ஒலிவாங்கும் கருவிகளும் ஒலித்தன. இரண்டாவது ஒலியனுப்பும் கருவியின் விசையை அழுத்த, இரண்டாவது ஒலிவாங்கும் கருவிகள் இரண்டு அறைகளிலும் ஒலித்தன. மூன்றாவது ஒலியனுப்பும் கருவியின் விசையை அழுத்தியபோது, வாட்சன் அறையில் இருந்த ஒலிவாங்கும் கருவி ஒலிக்கவில்லை. அந்தக் கருவியின் ஒலித்தகட்டைச் சற்று இழுக்கும்படி வாட்சனிடம் சொல்லிவிட்டு, ஒலிவாங்கும் கருவிகள் மூன்றையும் துண்டித்தார்.

வாட்சன் தனது ஒலிவாங்கும் கருவியின் தகட்டை இழுத்த போது, அலெக் அறையில் இருந்த ஒலிவாங்கும் கருவி ஒலித்தது. துண்டிக்கப் பட்டு ஒலி அனுப்பப்படாதபோது, தானாகவே எப்படி ஒலி எழுந்தது என்று யோசித்தார். மின்சாரம் துண்டிக்கப்பட்ட பிறகும், தங்கியிருந்த மின்காந்தத்தால் மாறுபட்ட மின்சாரம் உற்பத்தியாகி ஒலியை அனுப்பி இருக்கிறது என்பதை அறிந்தார். அதைத்தான் அவர் எதிர்பார்த்தார்.

தான் கேட்டது சாதாரண ஒலியில்லை என்பதும் அதுதான் 'பேச்சு' என்பதும் அவருக்குப் புரிந்தது. மகிழ்ச்சியில் துள்ளிக் குதித்தார். ஏதாவது ஒரு சிறுவெற்றி கிடைத்தாலும் வாட்சனும் அலெக்கும் பாடிக் கொண்டே ஆடுவார்கள். அன்று அவர்களுடைய ஆட்டம் சற்று அதிகமாகவே இருந்தது. அன்று தொலைபேசி பிறந்துவிட்டது. ஆனால் ஒலி கேட்டதே தவிர பேச்சு கேட்கவில்லை. அது கேட்டால் தான் உண்மையில் தொலைபேசி உருவாகியதாகச் சொல்ல முடியும்.

இந்த வெற்றியால் ஹார்மானிக் தந்தி பின்னுக்குப் போய்விட்டது.

பேராசிரியர் ஹென்றி சொன்ன 'ஜவ்வு உதவாது' என்ற கூற்று பொய்யானது. உடனே ஜவ்வை வைத்து இரண்டு கருவிகளைச்

செய்யும்படி அலெக் வாட்சனிடம் சொன்னார். அதற்கான படங்களை வரைந்து கொடுத்தார். இரண்டு நாள்கள் கழித்து அலெக் கேட்டமாதிரியே இரண்டு கருவிகளை வாட்சன் உருவாக்கிக் கொண்டுவந்தார்.

அலெக் சொன்னதுபோல் செய்யாமல், தோலினால் ஆன இரண்டு ஐவ்வுகளை இணைத்து வாட்சன் கருவிகளைச் செய்திருந்தார். அது சரியாக வேலை செய்யவில்லை.

ஹார்மானிக் தந்தியை விட்டுவிட்டு அலெக் வேறெதிலோ வேலை செய்துகொண்டிருப்பது ஹப்பர்டுக்குப் பிடிக்கவில்லை. எனவே அலெக், வேறுவழியின்றி தொலைபேசி ஆராய்ச்சியைத் தள்ளிவைத்து விட்டு தந்தி ஆராய்ச்சியில் இறங்கினார்.

வாட்சன், அலெக் சொன்னபடி செய்திருந்தாலோ அல்லது ஹப்பர்ட் கொஞ்சம் பொறுமையைக் கடைப்பிடித்திருந்தாலோ தொலைபேசி இன்னும் கொஞ்சம் சீக்கிரமாகப் பிறந்திருக்கும்.

★

இந்த நிலையில் மேபெல்லின் வீட்டுக்கு அலெக் அடிக்கடி போக ஆரம்பித்தார். பாடம் கற்றுக்கொடுத்ததோடு அரசியல், விஞ்ஞானம் எனப் பலவற்றையும் மேபெல்லோடு பேசினார்.

மேபெல், கேம்ப்ரிட்ஜில் உள்ள வீட்டை விட்டுவிட்டு நான்டக்கெட் (Nantucket) என்ற இடத்துக்குப் போவதாக பெல் கேள்விப்பட்டார். சில மாதங்களுக்கு மேபெல்லைப் பார்க்க முடியாது.

எனவே, ஒரு முடிவுக்கு வந்து மேபெல்லின் அம்மாவுக்கு ஒரு கடிதம் எழுதினார். 'நான் பெரிய சிக்கலில் இருக்கிறேன். என்னுடைய அன்பான மாணவியிடம் என்னுடைய உணர்வுகள் இன்னும் ஆழமாகப் போய் விட்டன. அவளைக் காதலிக்கக் கற்றுக்கொண்டுவிட்டேன். நீங்கள் என்ன சொல்கிறீர்களோ அதை அப்படியே கேட்டு நடக்கிறேன்.'

மேபெல்லுக்குப் பதினேழு வயயதுதான் ஆனது. அலெக் பத்து வயது மூத்தவர். எனவே திருமதி ஹப்பர்ட், அலெக்குக்குப் பதில் அனுப்பினார். 'நீங்கள் இன்னும் ஓராண்டு காலம் உங்கள் காதலை வெளிக்காட்டிக்கொள்ளாமல் அமைதிகாக்க வேண்டும்.'

ஹப்பர்டுக்கு அலெக்கைப் பிடித்திருந்தாலும் அவருடைய மெத்தன மான போக்கு பிடிக்கவில்லை. எனவே, 'ஓராண்டு போதாது, இரண்டு ஆண்டுகள் சும்மா இருக்கும்படி நீ சொல்லியிருக்கவேண்டும்' என்று மனைவியைக் கடிந்து கொண்டார்.

ஜூன் மாதத்தில் ஒருநாள் முன்னிரவில் மேபெல்லின் சகோதரியும், ஒன்றுவிட்ட தங்கையும் அலெக்கையும் மேபெல்லையும் அவர்கள் வீட்டுக்குள் இருந்த தோட்டத்துக்குள் அழைத்துச் சென்று உட்கார வைத்தார்கள். மேபெல்லிடம் தன்னுடைய காதலைச் சொல்லவும் முடியவில்லை, அதை மறைக்கவும் முடியவில்லை. அலெக்கின் கை நடுங்கியது.

'என்ன?' என்று கேட்டார் மேபெல். அப்பொழுது கூடவந்த பெண்கள் இருவரும் வெளியே ஓடிவிட்டார்கள்.அவர்களைத் தொடர்ந்து மேபெல்லும் ஓடிப்போனாள். பிறகு சிறிது நேரத்தில் எல்லோரும் வீட்டு வாசற்படியருகே அமர்ந்தார்கள். மேபெல்லின் காலடியில் அலெக் அமர்ந்தார். அவள் எப்படிப்பட்ட மனிதனை விரும்புவாள் என்று தெரிந்தால் அப்படிப்பட்ட மனிதனாகத் தான் மாறவேண்டும் என்று நினைத்தார். ஆனால் அவரையும் அறியாமல் அவருடைய எண்ணம் வார்த்தைகளாக வெளிப்பட்டுவிட்டது.

அலெக் கேட்டார்: 'நீ எப்படிப்பட்ட கணவனைத் தேர்ந்தெடுப்பாய்?'

அவளுக்குக் காது கேட்காது. ஆனாலும் அவருடைய வாய் அசைவி லிருந்து அவர் என்ன சொன்னார் என்பதைப் புரிந்து கொண்டார் மேபெல். மற்றவர்கள் சிரித்தார்கள். மேபெல் அதைக் கண்டு கொள்ளாமல் விட்டுவிட்டார். அலெக்குக்கு அந்த இடத்தைவிட்டுப் போனால் போதும் என்றிருந்தது. ஆனால் அதே சமயம் இன்னும் கொஞ்ச நேரம் இருக்கவேண்டும் என்றும் தோன்றியது.

★

மேபெல் நாண்டக்கெட்டுக்குக் கிளம்பிச் சென்றுவிட்டார். அங்கே, அலெக் மேபெல்லின் அம்மாவுக்கு எழுதிய கடிதம் பற்றிய தகவலை மேபெல்லின் ஒன்றுவிட்ட சகோதரி மேபெல்லுக்குத் தெரிவித்தாள். இதைக் கேட்ட மேபெல்லுக்குக் கடுமையான கோபம் ஏற்பட்டது. உடனே தன்னுடைய அம்மாவுக்குக் கடிதம் எழுதினாள்.

அந்தக் கடிதத்தில், அலெக் தன்னிடம் நேராகக் கேட்காமல் அம்மாவுக்குக் கடிதம் எழுதியது கோபத்தை ஏற்படுத்தியிருக்கிறது என்றும், அதைத் தன்னிடம் அம்மா சொல்லாதது மேலும் கோப மூட்டுகிறது என்றும் மேபெல் எழுதியிருந்தார். அந்தக் கடிதத்தை மேபெல்லின் அம்மா அலெக்குக்குக் காட்டினார். அலெக்குக்கு உடனே மேபெல்லைப் பார்க்க வேண்டும் போலிருந்தது.

திருமதி ஹப்பர்டின் அனுமதியை பெற்று, அன்று மாலையே நாண்டக் கெட் சென்று, ஒரு விடுதியில் தங்கினார். இரவெல்லாம் தூக்கமில்லை.

மேபெல் பார்க்க மறுத்தால் என்ன செய்வது. ஒரு கடிதம் எழுதி யார் மூலமாவது கொடுத்துவிடலாம் என நினைத்தார். கடிதங்களை எழுதி எழுதிக் கிழித்தார். பிறகு, தான் சொல்லவேண்டியதையெல்லாம் திணித்து 'தன்னிலை விளக்கம்' என்ற ஒரு நீண்ட கடிதத்தை எழுதினார்.

அந்தக் கடிதத்தில் தான் ஏன் மேபெல்லிடம் நேரடியாகக் காதலைத் தெரிவிக்காமல் மேபெல்லின் அம்மாவிடம் பேசினார் என்பதி லிருந்து மேபெல்மீது தனக்குள்ள தீவிரமான காதலைத் தெரிவிப்பது வரையில் பக்கம் பக்கமாக எழுதித் தள்ளியிருந்தார்.

ஆனால் மேபெல் அலெக்கை நாண்டக்கெட்டில் சந்திக்க விரும்ப வில்லை. அலெக் பாஸ்டன் திரும்பிவிட்டார். மேபெல்லிடமிருந்து அவருக்குச் சுருக்கமாக பதில் கடிதம் வந்தது.

மிகவும் மரியாதையுடனும் பெருந்தன்மையுடனும் நீங்கள் நடந்து கொண்டதற்கு நன்றி. உங்களை நான் மதிக்கிறேன். கேம்பிரிட்ஜில் உங்களைச் சந்திக்க விரும்புகிறேன். இன்னும் உங்களுடன் பழகி உங்களைப் புரிந்து கொள்ள முயற்சிக்கிறேன்.

மிக்க நன்றியுடன்

தங்கள் தோழி

மேபெல்

இதற்கிடையில், மேபெல்லைத் தாம் காதலிப்பது பற்றி அலெக் தன் அம்மாவுக்கு ஒரு கடிதம் எழுதியிருந்தார். ஆனால் அந்தக் கடிதத்துக்கு எந்தப் பதிலும் உடனடியாக வரவில்லை. நீண்ட நாள்களுக்குப் பிறகு அம்மாவிடம் இருந்து ஒரு கடிதம் வந்தது. அதில் 'உன் வாழ்க்கையை நீதான் தீர்மானிக்கவேண்டும். ஆனால் அவள் செவிட்டுமையாக இருந்தால் உங்களுக்குப் பிறக்கும் குழந்தை காது கேட்காததாகப் பிறந்துவிடுமே என்று அஞ்சுகிறேன்' என்று எழுதியிருந்தது.

காதல் பித்தம் தலைக்கு ஏறிய அலெக், தன் காதலியை அம்மா எப்படி 'செவிட்டுமை' என்று குறிப்பிடலாம் என்று கடுமையாகக் கோபம் கொண்டார். பொறுமையாக ஒரு விளக்கத்தைக் கொடுத்திருக்கலாம். ஆனால் கோபம் கண்ணை மறைத்தது. ஒரு நீண்ட கடிதத்தில் 'நீயும் செவிடுதானே! நீ எப்படி மேபெல்லைப் பற்றி செவிட்டுமை என்று எழுதலாம். அப்பாவிடமிருந்து பதில் இல்லை. நீதானே எழுதியிருக்கிறாய். இந்தக் கடிதத்துக்கும் ஒழுங்கான பதில் இல்லை யென்றால் நான் வீட்டிலிருந்து முழுவதுமாக விலகிவிடும் சூழ்நிலை உருவாகிவிடும்' என்று எழுதினார்.

அந்தக் கடிதம் அவருடைய அம்மாவை மிகவும் அதிர்ச்சிக் குள்ளாக்கியது. அவருடைய உடல்நிலை மோசமானது. அவர் தன் மகனுக்கு ஒரு நீண்ட கடிதம் எழுதினார். அந்தக் கடிதத்தில் அலெக்கின் வார்த்தைகள் தன்னை எப்படிக் காயப்படுத்திவிட்டன என்று எழுதி யிருந்தார். பின்னர் அலெக் வளர்ந்த பையன் என்றும், தான் விரும்பிய யாரையும் திருமணம் செய்துகொள்ளலாம் என்றும் எழுதியிருந்தார்.

இதற்குமேல் அலெக் பொறுக்க விரும்பவில்லை. மேபெல்லின் பெற் றோருக்குக் கடிதம் எழுதி, அவர்கள் ஒரு வருடம் காத்திருக்கச் சொன்ன வாக்குறுதியைத் திரும்பப் பெற்றுக்கொள்ள கேட்டுக்கொண்டர். ஓரிரு நாள்களில் திருமதி ஹப்பர்டிடமிருந்து பதில் வந்தது. வாக்குறுதி வாபஸ். மேபெல் ஏற்றுக்கொண்டால் அடுத்து நிச்சயதார்த்தம்தான்.

மறுநாள் அலெக், மேபெல் வீட்டுக்குப் போனார். இருவரும் மனம் விட்டுப் பேசினார்கள்.

'நான் உங்களைக் காதலிக்கவில்லை. ஆனால் வெறுக்கவில்லை' என்றார் மேபெல்.

அலெக்குக்கு அதுவே போதுமானதாக இருந்தது.

தன்னுடைய காதல் வரலாறுக்காகவே தனி நாட்குறிப்பேடு வைத்திருந்தார். அதில் 26-8-1875 அன்று 'இதில் இனி எதுவும் எழுதத் தேவைப்படாது. எல்லாம் சுபம்' என்று எழுதிவைத்தார்.

அதுவரை மனத்தை அழுத்தியிருந்த பாரத்தில் பெரும்பகுதி குறைந்து விட்டதும் பெற்றோருக்குத் தான் ஒரு நல்ல மகனாக நடக்கவில்லை என்ற உணர்வு அவருக்கு வந்தது. உடனே தந்தைக்கு ஒரு கடிதம் எழுதி மன்னிப்புக் கேட்டார்.

தந்தையிடமிருந்து பதில் கடிதம் வந்தது: 'எங்கள் அன்பில் எந்த மாற்றமும் இல்லை. இன்னும் நீ எங்களது செல்ல மகன்தான். உடனே இங்கே கிளம்பி வந்து ஓய்வெடுத்துக்கொள்.'

அலெக் உடனே பிராண்ட்ஃபோர்ட்டுக்குக் கிளம்பினார்.

பிராண்ட்ஃபோர்டிலிருந்து மேபெல்லுக்கு எழுதிய கடிதத்தில், 'இதுவரையில்லாத அளவுக்கு என் தந்தை எனக்கு நெருக்கமாகி விட்டார்' என்று குறிப்பிட்டார்.

★

பிராண்ட்ஃபோர்டில் ஓய்வு எடுத்தபிறகு மீண்டும் சேலம் வந்த அலெக், ஆராய்ச்சி, பாஸ்டன் பல்கலைக் கழகத்தில் விரிவுரை என்று தம் பணியைத் தொடர்ந்தார். இதற்கு நடுவில் மேபெல்லுடன் சந்திப்புக்கு என்று நேரம் ஒதுக்கவேண்டி இருந்தது.

ஹப்பர்ட் பொறுமை இழந்தார். கடைசியாக ஓர் ஆயுதத்தைப் பிரயோகம் செய்தார்.

'தந்தியும் மேபெல்லுமா அல்லது காணும் பேச்சும் விரிவுரையுமா என்று இரண்டில் ஒன்றை நீங்கள் தேர்ந்தெடுக்கவேண்டும்' என்று அலெக்கிடம் சொன்னார்.

அலெக்குக்குக் கோபம் வந்துவிட்டது. காணும் பேச்சு அவருடைய தந்தையின் சாதனை. அவருடைய (எஞ்சியிருக்கும்) ஒரே மகன் என்ற முறையில் தந்தையின் கனவை நனவாக்க வேண்டியது அவர் கடமை. காது கேளாதோருக்குக் கல்வி என்பது சமுதாயக் கடமை. தனக்குத் தெரிந்த ஒன்று யாருக்காவது பயன்படுமென்றால் அதை விடுவது சரியயல்ல. எதைவிட்டாலும் காதுகேளாதோருக்குக் கற்றுக்கொடுப் பதை விடமுடியாது.

எனவே, தான் எந்தக் கட்டுப்பாட்டையும் ஏற்றுக்கொள்ள முடியாது என்றும் மேபெல் தன்னுடைய காதலை ஏற்றால் எப்படியும் அவரை அடைந்தே திருவேன் என்றும் அலெக் சொன்னார்.

மேபெல் தன்னுடைய தந்தையைக் கோபித்துக்கொண்டார். தன்னுடைய திருமணத்தை அலெக்கின் ஆராய்ச்சியோடு சேர்ப்பதைத் தான் விரும்பவில்லை என்றார். இந்த நிலையில் மேபெல்லின் அம்மா அவரிடம், 'இனியும் தாமதமாக்காமல் இரண்டில் ஒன்று சொல்லிவிடு. நீ சம்மதித்தால் உடனே நிச்சயதார்த்தத்துக்கு ஏற்பாடு செய்துவிடலாம்' என்றார்.

25 நவம்பர் 1875. அன்று மேபெல்லின் பிறந்தநாள். அது மட்டுமல்ல, அன்று அமெரிக்காவில் 'தேங்க்ஸ் கிவிங் டே' எனப்படும் நன்றி நவிலல் நாள்.

மேபெல், அலெக்கிடம் 'என் அம்மாவுக்கு அடுத்தபடியாக, வேறு எவரையும்விட அதிகமாக உங்களை விரும்புகிறேன். இது போதும் என்றால் இன்றைக்கே நிச்சயம் செய்துகொள்ளலாம்' என்றார்.

தூங்கினால் எங்கே மேபெல் சொன்னது கனவில் நிகழ்ந்ததாக ஆகிவிடுமோ என்ற பயத்தில் அன்று முழுதும் அலெக் தூங்கவில்லை. அதுவரை Aleck என்ற ஸ்பெல்லிங்கை எழுதிவந்தவர், மேபெல்

தன்னுடைய கடிதங்களில் தன்னை Alec என்று குறிப்பிடுகிறார் என்ற ஒரே காரணத்துக்காக அப்படியே கையெழுத்திடத் தொடங்கினார்.

★

அலெக் தன்னுடைய பலமடித் தந்தி காப்புரிமை விண்ணப்பத்தை 25 பிப்ரவரி 1875 அன்று பதிவு செய்திருந்தார். ஆனால் அதற்கு இரண்டு நாள்கள் முன்னதாகவே, கிரே தன்னுடைய விண்ணப்பத்தைப் பதிவு செய்திருந்தார். எனவே, இரண்டு விண்ணப்பங்களையும் விசாரித்த பிறகுதான், தீர்ப்பு வழங்கப்படும் என்று காப்புரிமை அலுவலகம் சொல்லிவிட்டது. அலெக்கின் தாமதமே இந்தப் பிரச்னைக்குக் காரணம் என்று ஹப்பர்ட் குற்றம் சாட்டினார்.

இதையறிந்த மேபெல், அலெக்கிடம் எவ்வளவு கஷ்டப்பட்டுச் செய்திருக்கும் ஆராய்ச்சிகளையும் தாமதம் காரணமாக இழக்க நேரிடும் என்று எடுத்துச் சொன்னார். அலெக்குக்குத் தன்னுடைய தவறு உரைத்தது.

பலமடித் தந்திக்கான காப்புரிமை பறிபோய்விட்டது. அலெக் தொலை பேசிக்கான காப்புரிமையையும் பதிவு செய்திருக்கவில்லை. அமெரிக்காவுக்கான உரிமையைத் தம் வசம் வைத்திருந்து, கனடா மற்றும் இங்கிலாந்துக்கான உரிமைகளைப் பிறரிடம் விற்பது பற்றிச் சிலரிடம் பேசியிருந்தார். அவர்களிடமிருந்து சரியான பதில் கிடைக் காததால் அந்தக் காப்புரிமையைப் பதிவு செய்வதில் தாமதம் ஏற்பட்டது.

இனிக் காத்திருப்பதில் பயனில்லை என்று எண்ணிய ஹப்பர்ட், அலெக்கிடம் சொல்லாமலேயே, 14 பிப்ரவரி 1876 அன்று காலையில் அதிர்வு மின்சாரச் சிந்தனையின் அடிப்படையில் பெல் செய்திருந்த ஆய்வின் காப்புரிமையைப் பதிவு செய்தார். அன்று மாலையே எலிஷா கிரேயின் வக்கீல், அதே சிந்தனையின் அடிப்படையில் எலிஷா கிரேயின் கேவியட்டைப் பதிவு செய்தார்.

ஹப்பர்ட் மிக முன்யோசனையுடன் இதைச் செய்திருக்காவிட்டால் தொலைபேசியைக் கண்டுபிடித்த பெருமை அலெக்ஸாண்டர் கிரஹாம் பெல்லுக்குக் கிடைக்காமல் போயிருக்கும்! ஒரே நாளில் இரண்டு பேர் ஒரே ஆய்வுக்காகப் பதிவு செய்தது இதற்கு முன் நடந்ததில்லை.

என்றாலும் பிரச்னை அத்துடன் முடியவில்லை. அலெக்கின் பதிவு, கிரேயின் பதிவோடு ஒத்துப்போவதால் இருவருடைய பதிவின்மீதும் மேல்விசாரணை நடத்தப்படும் என்று பேடண்ட் அதிகாரி வில்பர் தெரிவித்தார். ஹப்பர்ட் வில்பரின் மேலதிகாரிக்கு எழுதி, அலெக்கின் பேடண்ட் கிரேயின் விண்ணப்பத்துக்கு முன்பாகவே செய்யப்பட்டது என்றார். ஒரே நாளில் பதிவு செய்தால் எது முந்தி, எது பிந்தி என்று

பார்க்க வேண்டிய அவசியமில்லை என்றார் வில்பர். ஆனால் வில்பரின் மேலதிகாரி அதை மறுத்து, ஒரே நாளில் பதிவு செய்திருந்தாலும் முன்னுரிமை முன்னால் பதிவு செய்தவருக்கே என்று சொல்லிவிட்டார்.

இத்துடன் விட்டுவிடாமல், வில்பர் வேறொரு பிரச்னையைக் கொண்டு வந்தார். 17 ஜனவரி 1876-ல் கிரே, மாறுபடும் மின்சாரச் சிந்தனையை முன்வைத்து வேறு ஒரு பதிவு செய்திருப்பதைக் காட்டினார். ஆனால், பிப்ரவரி 1875 சமயத்திலேயே தான் செய்த பதிவில், மாறுபடும் மின்சாரம் பற்றித் தான் தெரிவித்திருப்பதை அலெக் சுட்டிக்காட்டினார். தான் அதைக் கவனிக்கத் தவறிவிட்டதாக வில்பர் ஒப்புக்கொண்டார். ஹப்பர்ட் கொடுத்திருந்த அலெக்கின் ஆவணங்கள் மிகத் தெளிவாக இருந்ததால் மாதிரிக்கருவி ஒன்றைச் சமர்ப்பிக்கும்படி வில்பர் கேட்கவில்லை.

ஆனாலும் எந்த நேரத்தில் எந்த பூதம் எங்கிருந்து கிளம்பும் என்ற அச்சத்தில் அலெக் தவித்துக்கொண்டிருந்தார். தன் தந்தைக்கு எழுதிய கடிதத்தில் 'மற்றவர்களின் இடையூறு இல்லாமல் இந்தக் காப்புரிமை எனக்குக் கிடைத்தால் எல்லாம் என்னுடையதே! இந்தக் காப்புரிமைக் கான கருவியை மட்டும் என்னால் செய்யமுடிந்தால் புகழ், செல்வம் வெற்றி எல்லாம் என்னைத் தேடிவரும்' என்று குறிப்பிட்டிருந்தார்.

3 மார்ச் 1876 அன்று காப்புரிமைக் கழகம் அலெக்சாண்டர் கிரஹாம் பெல்லுக்குத் தொலைபேசிக்கான காப்புரிமையை வழங்குவதாகத் தெரிவித்தது.

பேடண்ட் கிடைத்ததும் அலெக் மீண்டும் வாட்சனுடன் இணைந்து அதுவரை நிறுத்திவைத்திருந்த ஆராய்ச்சியைத் தொடர்ந்தார். எலிஷா கிரேயும் மாறுபடும் மின்சாரக் கருத்தைப் பின்பற்றி தன்னுடைய ஆராய்ச்சியைத் தொடர்வதாகச் செய்தி கிடைத்தது. எனவே, அலெக் மேலும் மெத்தனமாக இருக்காமல் தொலைபேசி ஆராய்ச்சியைத் தொடர முற்பட்டார்.

மார்ச் 1876. அலெக்கும் வாட்சனும் அந்தக் கருவியில் சில மாற்றங் களைச் செய்தார்கள். படுக்கை அறையில் பீரோவுக்குப் பக்கத்தில் அலெக் ஒலியனுப்பு கருவியை வைத்தார். இன்னொரு அறையில் வாட்சன் ஒலிவாங்கு கருவியைத் தன்னுடைய காதில் அழுத்திப் பிடித்துக்கொண்டிருந்தார். இரண்டு அறைகளுக்கும் இடையே கதவுகள் சாத்தப்பட்டிருந்தன.

ஒலியனுப்பு கருவியில் 'மிஸ்டர் வாட்சன், இங்கே வாருங்கள், உங்களைப் பார்க்க விரும்புகிறேன்' என்று அலெக் கத்தினார்.

வாட்சன், அலெக் இருக்கும் அறைக்கு ஓடோடி வந்தார். அலெக் பேசியது அவருக்குக் கேட்டதாகச் சொன்னார். அலெக் உடனே தான் பேசியதைத் திருப்பிச் சொல்லுமாறு சொன்னார்.

'மிஸ்டர் வாட்சன், இங்கே வாருங்கள், உங்களைப் பார்க்க விரும்புகிறேன்' என்று சொன்னீர்கள் என்றார் வாட்சன்.

இருவரும் இடங்களை மாற்றிக்கொண்டார்கள். வாட்சன் ஏதோ ஒரு புத்தகத்திலிருந்து படித்தார். ஒலி சத்தமாகக் கேட்டது. தெளிவாக இல்லை. ஓரிரு வார்த்தைகள் மட்டுமே தெளிவாகக் கேட்டன.

'மிஸ்டர் பெல், நான் பேசுவது புரிகிறதா? நான்... பே.சு.வ.து... பு.ரி.கி.ற.தா...' என்று விட்டுவிட்டுப் பேசினார் வாட்சன். இந்தப் பேச்சு தெளிவாகக் கேட்டது.

மகிழ்ச்சியில் அவர்கள் இருவரின் நடனமும் ஆரம்பமானது.

மீண்டும் மீண்டும் பேசிப்பார்த்தார்கள்.

'Mr. Watson, Come here. I want to see you' என்று அலெக் அவருடைய நாட்குறிப்பில் எழுதியிருந்தார். ஆனால் வாட்சன் அவருடைய செய்தியில் 'Watson, I want you' என்று அலெக் கூப்பிட்டதாகச் சொன்னார்.

அலெக் சொன்னதை வாட்சன் மறந்திருக்கலாம். எது எப்படியானாலும் தொலைபேசி அன்று பிறந்துவிட்டது.

மார்ச் 13 அன்று ஹப்பர்டும் பாஸ்டன் பல்கலைக் கழகத் தலைவர் மன்றோவும் அலெக்கின் இடத்துக்குப் புதிய கருவியைக் காண்பதற் காக வந்தார்கள். அவர்கள் காதில் வைத்துக் கேட்ட போது, அவர்களால் எதையும் தெளிவாகக் கேட்கமுடியவில்லை.

ஒலிவாங்கு கருவியைக் காதில் மிகவும் அழுத்திவைத்துக்கொண்டதே அதற்குக் காரணம். அதை எப்படி வைத்துக்கொள்ளவேண்டும் என்று சொல்லிக்கொடுத்தபிறகு ஒலி கேட்டது. ஆனால் அவர்களால் பேச்சைத் தெளிவாகப் புரிந்துகொள்ள முடியவில்லை.

அலெக்கின் தந்தை மெல்வில், அலெக் இருக்கும் இடத்துக்கு வந்தார். கருவியைப் பார்த்தார். ஒலிவாங்கியில் இருக்கும் ஜவ்வு மின்காந்தத்தைத் தொடாமல் இருக்கும்போதுதான், ஒலி அதிகம் கேட்கிறது என்றார். அலெக் உடனே அதைச் சரிசெய்து பேசிய சொல், 'அப்பா' (Papa).

மெல்வில் பெல்லின் காதில் அது தெளிவாகக் கேட்டது. பரவச மடைந்தார். மகனைக் கட்டி அணைத்துக் கொண்டார்.

இதற்கிடையில் அவருடைய தந்தையும் ஹப்பர்டும் ஆட்டோகிராப் தந்தியில் கவனம் செலுத்தும்படி வற்புறுத்தினார்கள். எனவே, அலெக் அதிலும் கவனம் செலுத்த நேர்ந்தது.

22 மே 1876 அன்று இரண்டு கருவிகளும் நன்கு செயல்பட்டன.

வாட்சன் பெல்லைக் கேட்டார்: 'மிஸ்டர் பெல், நீங்கள் நூற்றாண்டுக் கண்காட்சிக்குப் போகப் போகிறீர்களா?'

9. புகழ்பெற்ற நூற்றாண்டுக் கண்காட்சி

'உங்கள் தொலைபேசிக் கருவியுடன் உடனே புறப்பட்டு ஃபிலடெல்ஃபியா வரவும்' என்ற அவசரத் தந்தியை ஹப்பர் கொடுத்திருந்தார்.

'நீங்கள் போய்த்தான் ஆகவேண்டும்' என்றார் மேபெல்லும்.

'என்னுடைய கருவியை இன்னும் மேம்படுத்த வேண்டும். இங்கே பல்கலைக் கழகத்தில் வேறு தேர்வுக்குக் கேள்வித்தாள் தயாரிக்க வேண்டும். என்ன செய்வது?' என்றார் பெல்.

'பல்கலைக் கழகத்தில் சொல்லி வேறு ஏற்பாடு செய்துவிடலாம். நீங்கள் கிளம்புங்கள்' என்றார் மேபெல்.

காதலி சொல்வதையும் கேட்காமல் ஃபிலடெல்ஃபியா செல்ல பெல் மறுத்துவிட்டார்.

பிரிட்டனுக்கு எதிரான போரில் அடைந்த வெற்றிக்குப் பிறகு, 1776-ம் ஆண்டு ஃபிலடெல்ஃபியாவில் அமெரிக்க சுதந்தரம் பிரகடனம் செய்யப்பட்டது. அதன் நினைவாக நூறு ஆண்டுகள் கழித்து 1876-ல் ஃபிலடெல்ஃபியாவில் மாபெரும் கண்காட்சி நடத்துவதற்கு ஏற்பாடு செய்யப்பட்டிருந்தது. அமெரிக்கா முழுவதுமே நூற்றாண்டு விழாக் கொண்டாட்டத்தில் மூழ்கிக் கிடந்தது.

கண்காட்சியில் விஞ்ஞானத்துக்குப் பெரும் பங்கு கொடுக்கப்பட்டது. விழாக் குழுவில் ஹப்பர்டும் உறுப்பினராக இருந்தார். எப்படியாவது

தொலைபேசியையோ ஆட்டோகிராப் தந்திக் கருவியையோ இந்தக் கண்காட்சியில் காட்சிப்பொருளாக வைத்துவிட முயற்சி செய்தார். ஆனால் பெல் அதற்கு ஒப்புக்கொள்ளவில்லை. இரண்டு கருவிகளுமே முழுமையாகத் தயார் ஆகவில்லை என்பது பெல்லின் வாதம்.

சரி, எப்படியாவது பெல்லை கண்காட்சிக்கு வரவழைத்துவிடலாம் என்ற எண்ணத்தில், ஹப்பர்ட் கல்விப்பகுதியில் ஓர் ஏற்பாடு செய்திருந்தார். அங்கே காணும் பேச்சு பற்றிய செயல்முறைக்கும் புத்தக அறிமுகம் ஒன்றுக்கும் ஏற்பாடு செய்துவிட்டார். அதற்காகத் தான் பெல்லை அழைத்திருந்தார்.

நூற்றாண்டு விழாக் கண்காட்சிக்கான ஏற்பாடுகள் இன்றோ நேற்றோ அல்லது அந்த வருடமோ நடைபெறவில்லை. ஐந்து ஆண்டுகளுக்கு முன்பாகவே திட்டமிடப்பட்டு, பெரிய அளவில் ஏற்பாடு செய்யப் பட்டிருந்தது. அதற்காக ஃபிலடெல்ஃபியா மாநில அரசு, 450 ஏக்கர் நிலத்தைக் கொடுத்திருந்தது. அமெரிக்க நிறுவனங்கள் மட்டுமின்றி உலக நாடுகளும் பங்கேற்கும்படி அழைப்பு விடுக்கப்பட்டது.

நூற்றாண்டு விழாவில் கலந்துகொள்ள பிரேசில் நாட்டு அரசர் பெட்ரோ-2 (Pedro - II) வந்திருந்தார். அவர் அந்தச் சமயத்தில், பெல்லின் அழைப்பை ஏற்று, பாஸ்டனில் சாரா ஃபுல்லர் நடத்திவந்த காதுகேளாதோர் பள்ளியைக் காணவந்தார். அங்கே பெல், மன்னருக்குக் காணும் பேச்சை செயல்படுத்திக் காட்டினார். மன்னரும் அது தொடர்பான புத்தகங்கள் அனைத்தையும் தனக்கு அனுப்புமாறு கேட்டுக்கொண்டார்.

இது நடந்த இரண்டு நாள்களில்தான் பெல்லை உடனே ஃபிலடெல்ஃ பியாவுக்கு வரச்சொல்லி ஹப்பர்டிடமிருந்து தந்தி வந்திருந்தது. அப்படியே அவருடைய தொலைபேசியையும் எடுத்துக்கொண்டு வரும்படியும் ஹப்பர்ட் சொல்லியிருந்தார். பெல் மறுத்துவிட்டார்.

★

மேபெல் தான் ஃபிலடெல்ஃபியாவுக்குப் போகப்போவதாக பெல்லிடம் சொன்னார். தன்னை வழியனுப்பிவைக்க ஸ்டேஷனுக்கு வருமாறு பெல்லைக் கேட்டுக்கொண்டாள்.

ரயில்வே ஸ்டேஷனுக்குக் காதலியை வழியனுப்ப வந்தார் பெல். அங்கு வந்ததும் தன் கையிலிருந்த டிக்கெட்டையும் தான் பெல்லுக்கே தெரியாமல் எடுத்து வந்திருந்த தொலைபேசிக் கருவியையும் அவர் கையில் கொடுத்து பெல்லை ஃபிலடெல்ஃபியா செல்லுமாறு கேட்டுக் கொண்டார் மேபெல்.

பெல் ஏற மறுத்தார். மேபெல் கண்களில் கண்ணீர். அதுவரை மேபெல்லின் கண்களில் கண்ணீரைப் பார்த்தறியாத பெல், வேறு வழியின்றி ஓடுகிற ரயிலில் ஏறினார்.

★

மறுநாள் ஹப்பர்ட், பெல்லிடம் எப்படித் தன்னுடைய செல்வாக்கைப் பயன்படுத்தி தொலைபேசியை ஒருவருக்கும் தெரியாமல் கண்காட்சிக்கு உள்ளே எடுத்துச் சென்றுவிட்டேன் என்று பெருமையாகப் பேசினார்.

பெல் அதை ஏற்றுக்கொள்ளவில்லை. 'முறைப்படி என்னுடைய கருவி கலந்துகொள்ளவில்லை என்றால் இந்தக் கண்காட்சியில் நான் பங்கேற்க மாட்டேன். குறுக்குவழிகளில் எனக்கு உடன்பாடில்லை' என்று கட்டாயமாகச் சொல்லிவிட்டார்.

ஹப்பர்ட் பிறகு பாடுபட்டு முறைப்படி அனுமதி வாங்கினார். அதற்குப் பிறகுதான் பெல் ஒப்புக்கொண்டார்.

அடுத்த நாள், தொலைபேசி, ஆட்டோகிராப் தந்தி ஆகிய இரண்டையும் அவர் செயல்படுத்திக் காட்டவேண்டும். ஆனால் தந்திக் கருவி இன்னமும் வந்துசேர்ந்தபாடில்லை. அதுவரவில்லை என்றால் அரங்குக்குப் போவதில் பயனில்லை என பெல் நினைத்தார்.

மேபெல்லிடமிருந்து கடிதம் வந்திருந்தது. ஃபிலடெல்ஃபியாவுக்குப் பலவந்தமாக அனுப்பியதற்காக அதில் வருத்தம் தெரிவித்திருந்தார். என்றாலும், அது அவசியம் என்றும், அவருடைய கருவி வெற்றி பெற்றால் அது இங்கிலாந்தில் பரவும் என்றும், அப்படிப் பரவினால் உலகம் முழுவதும் தொலைபேசி பரவ வாய்ப்பிருகிறது என்றும் மேபெல் எழுதியிருந்தார்.

★

25 ஜூன் 1876. ஞாயிற்றுக் கிழமை. நல்ல வெயில். ஞாயிற்றுக் கிழமை என்பதால் பொது மக்களுக்கு அனுமதியில்லை. நீதிபதி களும் சில பெரிய மனிதர்களும் மட்டுமே வந்திருந்தார்கள்.

வெஸ்டர்ன் யூனியன், எலிஷா கிரேயின் கண்காட்சி அரங்கை மிகப் பிரமாதமாக அலங்கரித்திருந்தது. நீதிபதிகளில் ஒருவராக அன்று பிரேஸில் அரசர் பெட்ரோ-2ம் இருந்தார். அவருடன் பிரேஸில் ராணியும் அரச குடும்பப் பெண்கள் பலரும் வந்திருந்தார்கள். பல விஞ்ஞானிகளும் வந்திருந்தார்கள்.

அவர்கள் அனைவரும் முதலில் கிரேயின் அரங்குக்குச் சென்றார்கள். கிரேயின் ஹார்மானிக் தந்தி எல்லோரையும் ஈர்த்தது. அங்கேயே நீண்ட

நேரம் இருந்துவிட்டதாலும் வியர்வை நனைத்ததாலும் மற்ற நீதிபதிகளும் அரசப் பெண்களும் உடனே திரும்ப விரும்பினார்கள். இரண்டு நாள்கள் கழித்து மீண்டும் வரலாம் என்றார்கள்.

அன்றே பெல் பாஸ்டன் திரும்பியாக வேண்டும். என்ன செய்வது என்று குழம்பிக்கொண்டிருந்தார்.

அப்போது பெட்ரோ-2 கண்ணில் பெல் பட்டுவிட்டார். உடனே பெல்லை நோக்கி விரைந்துவந்த மன்னர், அவருடைய கையைப் பற்றிக் குலுக்கினார். அவர் அனுப்பிய காணும் பேச்சு பற்றிய புத்தகங்கள் வந்து சேர்ந்தன என்று மகிழ்ச்சியோடு சொன்னார்.

'நீங்கள் இங்கே என்ன செய்துகொண்டிருக்கிறீர்கள்' என்று கேட்டார் மன்னர்.

தாழும் ஒரு அரங்கு வைத்திருப்பதாகவும் மனிதக் குரலை அனுப்பும் கருவியைத் தயாரித்திருப்பதாகவும் சொன்னார் பெல்.

'அப்படியா, உடனே பார்க்கவேண்டுமே! வாருங்கள், உங்கள் அரங்குக்குப் போகலாம்' என்றார் மன்னர்.

மன்னர் சென்றால் மற்றவர்களும் சென்றுதானே ஆக வேண்டும்? கூடவே பிரிட்டனின் மிகச் சிறந்த விஞ்ஞானி சர் வில்லியம் தாம்சனும் வந்தார். ஏற்கெனவே பெல், சர் தாம்சனிடம் தன்னுடைய கண்டுபிடிப்பைப் பற்றிப் பேசியிருந்தார். ஆனால் அவர் செய்முறையை அதுவரையில் பார்த்திருக்கவில்லை.

சர் வில்லியம் தாம்சன் கையில் தொலைபேசி ரிசீவரைக் கொடுத்து காதின் அருகே அழுத்தி வைத்துக்கொள்ளச் சொல்லிவிட்டு, 100 கஜம் தொலைவுக்கு அப்பாலிருந்து பெல் தன்னுடைய டிரான்ஸ்மிட்டரில் கத்தினார்.

'நான் சொல்வது கேட்கிறதா?'

'நான் சொல்வது கேட்கிறதா என்று நீங்கள் சொல்வது கேட்கிறது' என்றார் சர் தாம்சன்.

பிறகு அங்கிருந்துகொண்டே 'பெல் எங்கே இருக்கிறார். அவரை நான் பார்க்க வேண்டும்' என்று சர் தாம்சன் கத்தினார்.

பெல், தான் இருந்த இடத்திலிருந்து அவர் பார்வையில் படும்படி வந்ததும், சர் தாம்சன் 'பெல், ஒரு பாட்டுபாடுங்கள்' என்றார்.

பெல் பாடினார். அதுவும் நன்றாகக் கேட்டது. பிரேஸில் அரசர் பெட்ரோ-2, சர் தாம்சனின் வியப்பைப் பார்த்துவிட்டுத் தானும்

ரிசீவரை வாங்கிக் காதில் வைத்துக்கொண்டார். பெல் ஷேக்ஸ்பியரின் ஹேம்லட் நாடகத்திலிருந்து 'இருக்கவா, இறக்கவா, அதுதான் கேள்வி' (To be or not to be, that is the question) என்ற தனிமொழியைப் பேசினார்.

மன்னர் பெட்ரோ ரிசீவரைக் கீழே போட்டுவிட்டு ஒரு குழந்தையைப் போலக் குதித்துக்கொண்டே 'எனக்குக் கேட்கிறது, எனக்குக் கேட்கிறது' என்று கத்தினார்.

அடுத்தது, ராணி, மன்னரின் உறவினர்கள், விஞ்ஞானிகள் எனப் பலரும் தொலைபேசியில் பேசிக் கேட்டார்கள்.

அன்று அந்தத் தொலைபேசி, பெல் சொன்னபடியெல்லாம் கேட்டது.

பெல்லின் போட்டியாளரான எலிஷா கிரே வந்தார். அவரும் பேசினார், கேட்டார்.

அங்கிருந்தவர்களைப் பார்த்து, 'இப்போதுதான் முதல் முறையாகப் பேச்சை அனுப்புவதைக் கேட்கிறேன். முதலில் சரியாகக் கேட்கவில்லை. ஆனால் பின்பு தெளிவாகக் கேட்டது' என்றார்.

சுற்றி இருந்தவர்கள் நீண்ட நேரம் கைதட்டினார்கள்.

பெல்லுக்கு இதுபோன்ற கண்காட்சிகளில் இதற்குமுன் கலந்து கொண்ட அனுபவம் இல்லாததால் பத்திரிகையாளர்கள் யாரையும் அழைக்கவில்லை. ஹப்பர்டுக்குத் தொலைபேசிமீது அவ்வளவாக நம்பிக்கை இல்லாததால் அவரும் பத்திரிகையாளர்கள் யாரையும் அழைக்கவில்லை.

அன்று இரவு எலிஷா கிரே பெல்லை அவர் தங்கியிருந்த இடத்தில் சந்தித்து, பலமடித் தந்தி தொடர்பாக இருவரும் இணைந்து செயலாற்ற வேண்டும் என்றும், இல்லை என்றால் இருவரையும் ஒருவருக்கு எதிராக ஒருவர் போட்டிபோட வைத்து, வெஸ்டர்ன் யூனியன் போன்ற நிறுவனங்கள் ஆதாயம் தேடிக்கொள்ளும் என்றும் சொன்னார். ஆனால் அவர் தொலைபேசி பற்றி எதுவும் பேசவில்லை.

அன்றே பேராசிரியர் ஹன்ட், பெல்லுக்கு ஒரு குறிப்பு அனுப்பி யிருந்தார். அதில் 'சர் வில்லியம் தாம்சன், அமெரிக்காவில் தாம் பார்த்த அனைத்திலும் உங்கள் கண்டுபிடிப்புதான் மிகச் சிறந்தது என்று சொன்னார். அவர் உங்கள் கண்டுபிடிப்பைப் பற்றி அவருடைய நண்பர்களிடம் பரப்பிக் கொண்டிருக்கிறார்' என எழுதியிருந்தார்.

பெல் அன்று இரவே பாஸ்டன் திரும்பவேண்டியிருந்தது. பெல்லுக்கு பதில் அவருடைய நண்பர் வில்லியம் தொலைபேசியை இயக்கிக் காட்டுவதாக முடிவானது.

அடுத்த நாள், பொருட்காட்சி சாலையில் இருந்த கருவியை நீதிபதிகள் தங்கியிருந்த இடத்துக்குக் கொண்டுவரும்படியும் ட்ரான்ஸ்மிட்டரைப் பக்கத்தில் இருந்த ஒரு கட்டடத்துக்கு எடுத்துச் செல்லும்படியும் சொல்லிவிட்டார்கள். சர் வில்லியம் தாம்சன், தன்னுடைய மனைவி லேடி தாம்சனுடன் வந்தார். அன்றும் தொலைபேசி மிக நன்றாக இயங்கியது. பேசியவற்றுள் ஓரிரு வார்த்தைகளைத்தவிர மற்றவை நன்கு கேட்டன. சர் தாம்சன் மிகவும் மகிழ்ச்சியடைந்தார்.

பத்திரிகையாளர்கள் அதிகம் வராததால், பெல்லின் சாதனையை பத்திரிகைகள் எழுதவில்லை.

பெல்லும் அதைப் பற்றி அதிகம் கவலைப்படவில்லை.

★

பெல், சர் வில்லியம் தாம்சனிடம் இரண்டு தொலைபேசிக் கருவிகளைக் கொடுத்தார். அவர் அதை எடுத்துக்கொண்டு இங்கிலாந்து வந்து சேர்ந்தார்.

சர் தாம்சன், 'நான் வியப்படைந்தேன், மகிழ்வடைந்தேன் என்று சொல்லத் தேவையில்லை. மின் தந்தியில் இதுவரை நிகழ்த்தப்படாத அதிசயம் அன்று நிகழ்ந்தது. இதை, வீட்டில் கிடைக்கக்கூடிய மிகச் சாதாரணப் பொருள்களைக்கொண்டு மிகவும் கரடுமுரடாகச் செய்யப் பட்ட கருவியின் மூலம் நிகழ்த்திக்காட்டியது அதிசயம்' என்று எழுதினார்.

பெல் தன்னுடைய தொலைபேசிக் கருவியை பொதுப் பயன்பாட்டுக்கு வழங்குவதற்கு ஏற்றவகையில் மாற்றுவதற்கு மிகவும் முயற்சி செய்தார்.

நான்டக்கெட்டிலிருந்து மேபெல், பெல்லுக்கு ஒரு கடிதம் எழுதினார். அதில், 'ஏதாவது ஒன்றில் தீவிரம் காட்டவும். தொலைபேசிதான் இப்பொழுது முன்னுரிமை பெறவேண்டும். அதில் முழுமையடைந் தால் அது காணும் பேச்சைப் பரப்ப உதவும். உடனடியாக ப்ராண்ட்ஃ போர்டுக்கும் அங்கிருந்து சற்றுத்தொலைவில் உள்ள பாரிசுக்கும் இணைப்பு ஏற்படுத்திச் சோதனை செய்து பாருங்கள். வெளிநாட்டுக் காப்புரிமையை வேறு யாரிடமாவது விட்டுவிட்டு நிம்மதியாகச் செயல்படுங்கள்' என்று எழுதியிருந்தார்.

இந்தச் சின்னப்பெண் எவ்வளவு தீர்க்கமாகச் சிந்திக்கிறாள் என்று வியந்தார் பெல். அவளுடைய ஆலோசனையை அப்படியே ஏற்றுக் கொண்டார். இனி அவருடைய வாழ்நாளெல்லாம் நடக்கப் போவது அதுதானே!

10. தொலைத் தொடர்பு

மேபெல் சொன்னதற்கேற்ப பெல் தன்னுடைய கருவிகளை இரண்டு இடங்களுக்கு எடுத்துச் சென்றார். ஒரு கருவியை மவுண்ட் ப்ளெஸண்ட் கிராமத்தில் உள்ள டொமினியன் தந்தி நிலையத்தில் வைத்தார்.

மற்றொன்றை ப்ராண்ட்ஃபோர்ட் அலுவலகத்தில் இணைத்தார். இரண்டுக்கும் ஐந்து மைல் தொலைவு. தந்திக்கம்பிகள் மூலம் கருவிகள் இணைக்கப்பட்டன.

டொமினியன் தந்தி நிலையத்தில் அந்த ஊரைச் சேர்ந்த பலர் குழுமி யிருந்தார்கள். ப்ராண்ட்ஃபோர்டிலிருந்து அலெக்கின் பெரியப்பா பேசினார். அவர் பேசியது டொமினியனில் கேட்டது. வேறு பலர் பாடினார்கள், சிலர் பேசினார்கள். டொமினியனில் உள்ளவர்கள் ஒவ்வொருவராகக் காது கொடுத்துக் கேட்டார்கள்.

தன்னுடைய கருவி மூலம் தொலை தூரத்துக்கும் பேச முடியும் என்ற நம்பிக்கை பெல்லுக்கு வந்தது.

இதேபோல் கனடாவில் உள்ள பாரிஸ் நகரத்துக்கும் ப்ராண்ட்ஃ போர்டுக்கும் இடையே இணைப்பு ஏற்படுத்தப்பட்டது. அலெக்குக்குத் தெரியாமல் அவருடைய தந்தை மெல்வில் பெல் பாரிஸுக்கு நடந்து போய்ப் பேசினார். தந்தையின் குரல் கேட்கிறதே என வியந்தார் அலெக். அன்று பெருத்த கூட்டம். ஒரு மணி நேரத்துக்கு மட்டுமே ஏற்பாடு செய்யப்பட்டிருந்த நிகழ்ச்சி மூன்று மணிநேரம் தொடர்ந்து நடந்தது.

வில்லியம் கம்பெனியிலிருந்து விலகி, பெல்லுக்காகத் தனியாக வேலை செய்யும்படி வாட்சனைக் கேட்டுக்கொண்டார் பெல். நாள் ஒன்றுக்கு மூன்று டாலர் சம்பளம். இலவசத் தங்குமிடம். சாப்பாடும் இலவசம். அதுதவிர பெல்லின் காப்புரிமையில் கிடைக்கும் வருமானத்தில் பத்தில் ஒரு பாகம் வாட்சனுக்குக் கொடுக்கப்படும். ஆனால் வாட்சன் தன்னுடைய சொந்தப் பொறுப்பில் எடுக்கும் எந்தக் காப்புரிமையும் பெல் நிறுவனத்தையே சாரும்.

பெல்லும் வாட்சனும் ஆராய்ச்சியைத் தொடர்ந்தார்கள். ஐவ்வுக்கு பதில் உலோகத் தகட்டைப் பயன்படுத்திப் பார்த்தார்கள். குரல் மிகத் தெளிவாகக் கேட்டது.

பாஸ்டன் பல்கலைக் கழகம், வானியல் ஆராய்ச்சி நிலையம் எனப் பல இடங்களிலும் அவருடைய கருவிகளைச் சோதித்துப் பார்க்க அனுமதி கிடைத்தது. ஆராய்ச்சி தீவிரமடைந்து கருவி மிகச் சிறப்பாகச் செயல்படத் தொடங்கியது.

27 நவம்பர் 1876 அன்று 143 மைல் தொலைவுக்குப் பேச முடிந்தது. அதுவரை தொலைபேசியைப் பற்றி அவ்வளவாகக் கண்டுகொள்ளாத பத்திரிகைகள், அதன் முக்கியத்துவத்தை உணரத் தொடங்கின. அறிவியல் பத்திரிகைகளும் ஜனரஞ்சகப் பத்திரிகைகளும் தொலை பேசியைப் பற்றி எழுதத் தொடங்கின. பெல்லின் பெயர் சிறிது சிறிதாக மக்களிடையே பரவத் தொடங்கியது. அவருடைய சொற்பொழிவுகளை பத்திரிகைகள் வெளியிட்டன. வெளிநாட்டுச் செய்தித்தாள்களிலும் தொலைபேசியைப் பற்றிக் கட்டுரைகள் வெளியாயின. பெல் எங்காவது பேசப் போனால் அவர் பெயரைச் சொன்னவுடனேயே கூட்டத்தி லிருந்தவர்கள் எழுந்து கைதட்டி மகிழ்ச்சியை வெளிப்படுத்தினார்கள்.

பத்திரிகைகளில் செய்தி வந்தவுடன் பொதுமக்களும் பல நிறுவனங் களும் தொலைபேசியில் ஆர்வம் காட்டத்தொடங்கின. எனவே, பொதுமக்கள் வீடுகளில் இயங்குவதற்கு ஏற்பத் தொலைபேசிக் கருவிகளை உருவாக்குவதில் பெல்லும் வாட்சனும் ஈடுபட்டார்கள்.

டிட்டூஸ்வில் என்ற நகரில் 'மார்னிங் ஹெரால்ட்' என்ற பத்திரிகை இருந்தது. அதன் ஆசிரியர் ஜான் போண்டன். அவர் பத்திரிகையில் பெல்லின் தொலைபேசியைப் பற்றிப் படித்துவிட்டு, பாஸ்டனுக்கும் டிட்டூஸ்வில்லுக்கும் இடையே தொலைபேசி இணைப்பு ஒன்றை ஏற்படுத்தும்படிக் கடிதம் எழுதினார்.

இருவர் மட்டும் ஒருவருக்கொருவர் பேசிக்கொள்வதைவிட ஒரு மையத் தொடர்பு இணைப்பகத்தை அமைத்து அதன் வழியாகப்

பலருக்கும் இணைப்புக் கொடுக்க ஏற்பாடு செய்யும்படியும் எழுதினார். அவருடைய திட்டத்தை பெல்லும் ஏற்கெனவே சிந்தித்து வைத்திருந்தால் அதைப் பற்றி ஹப்பர்டிடம் பேசினார்.

இதற்கிடையில் வாட்சன் நிலைத்த காந்தத்தைப் பயன்படுத்திச் செய்த தொலைபேசிக் கருவி, மிகச் சிறப்பாக இயங்குவதாகச் சொன்னார். உடனே அதற்கான காப்புரிமை பெறும் வேலையில் இறங்கினார். 30 ஜனவரி 1877 அன்று அதற்கான பேடண்ட் வழங்கப்பட்டது.

பெல், வாஷிங்டனில் அமெரிக்க அரசின் பாதுகாப்புத் துறைக்கும் அருகில் இருந்த மின்சார அலுவலகத்துக்கும் இணைப்புக் கொடுத்து தொலைபேசியை இயங்கவைத்தார்.

விஞ்ஞானி ஜோசப் ஹென்றிக்காக ஸ்மித்ஸோனியன் இன்ஸ் டிட்யூட்டில் கருவியை இயக்கிக்காட்டினார். ஹென்றி, 'என் கனவு நனவாகியது. மிகச் சிறந்த சாதனை இது. தொலைத்தொடர்பு மிகவும் பயன்படக்கூடியது' என்று புகழ்ந்தார்.

10 ஜனவரி அன்று பெல்லின் மாணவர் ஷூஜி இசாவா என்பவர் ஹார்வர்டில் படித்துவந்த அவருடைய நண்பர்கள் கெந்தரோ கனெகோ என்பவரையும் ஜுடாரோ கோமுரா என்பவரையும் அழைத்துவந்தார். அவர்கள் தொலைபேசியில் ஜப்பானிய மொழியில் பேசினார்கள். ஜப்பானிய மொழிதான் ஆங்கிலத்துக்கு அடுத்துத் தொலைபேசியில் பேசப்பட்ட இரண்டாவது மொழி.

தொலைபேசிக் கருவி ஓரளவுக்குத் திருப்திகரமாக இயங்கும் வகையில் உருவாக்கப்பட்டது. பாஸ்டன் ரப்பர் ஷூ கம்பெனிக்கும் அங்கிருந்து ஆறுமைல் தொலைவில் உள்ள அதன் சொந்தக்காரர் எலிஷா கான்வெர்ஸின் வீட்டுக்கும் இடையே கருவி பொருத்தப்பட்டுச் செயல் படுத்தப்பட்டது. ரயில்வே அதிகாரிகள், வியாபாரிகள், பத்திரிகை நிருபர்கள் ஆகியோர் அந்தக்கருவியில் பேசினார்கள். மற்றவர் பேசுவதைக் கேட்டார்கள். பேச்சு மிகத் தெளிவாகக் கேட்டது.

அது தந்த உற்சாகத்தில் பெல், சேலத்தில் ஒரு பெரிய அரங்கில் ஒரு பொதுநிகழ்ச்சிக்கு ஏற்பாடு செய்தார். அனுமதிக்கட்டணம் வசூலிக்கப் பட்டது. பெருத்த கூட்டம். ஹால் நிரம்பி வழிந்தது. வெளியில் எங்கும் மக்கள் கூட்டம். பலர் திருப்பியனுப்பப்பட்டார்கள்.

பெல் தொலைபேசியைத் தான் கண்டுபிடித்த வரலாறைப் பற்றிப் பேசினார். தன்னுடைய சொற்பொழிவின் இடையில் வாட்சனைப் புகழ்ந்து பேசினார் பெல். அப்பொழுது பாஸ்டனிலிருந்து வாட்சன் பேசும் குரல் கேட்டது. வாட்சன் 'யாங்கி டூடில் டு' என்று பாட்டு பாடினார்.

பிறகு 'ஹோய், ஹோய்' என்று கத்தினார். (ஹோய் ஹோய் என்றுதான் தொலைபேசிப் பேச்சைத் தொடங்க வேண்டும் என்றார் பெல். அவர் வாழ்நாள் முழுதும் அப்படித்தான் பேசினார். ஆனால் எடிசன் பயன் படுத்திய ஹெல்லோ என்ற சொல்தான் இன்றுவரை பயன்பட்டு வருகிறது.)

அதுவரையில் தொலைபேசி என்றால் என்ன என்றே தெரியாத பொது மக்கள், தலைகால் புரியாமல் மகிழ்ச்சி வெள்ளத்தில் ஆழ்ந்தார்கள்.

பாஸ்டனிலிருந்து குளோப் பத்திரிகை நிருபர் தன்னுடைய செய்தியைத் தொலைபேசி வழியாகச் சொன்னார். அடுத்த நாள் அந்தச் செய்தி அந்தப் பத்திரிகையில் 'தொலைபேசி மூலம் அனுப்பப்பட்ட உலகின் முதல் பத்திரிகைச் செய்தி' என்ற தலைப்பில் வெளியானது.

ஒன்றைப் பார்த்து மற்றொன்று எனப் பத்திரிகைகள் போட்டி போட்டுக் கொண்டு செய்தி வெளியிட்டன. சில பத்திரிகைகளில் முழுப்பக்கச் செய்திகள் வெளியாயின. இது அயல்நாட்டுக்கும் பரவியது. பெல் அகில உலகப் புகழ் பெற்றுவிட்டார்.

முந்தைய பொதுநிகழ்ச்சியின்போது பலரும் கலந்துகொள்ள முடிய வில்லை என்பதால் மீண்டும் ஒரு செயல்விளக்க நிகழ்ச்சி நடத்தலாம் என்று பெல் சொன்னார். அதை பாஸ்டன் நகர மேயர் ஏற்றுக் கொண்டார். இந்த நிகழ்ச்சியில் 500 டிக்கெட்டுகள் விற்கலாம் என்றும் ஒரு டிக்கட் 50 சென்ட் என்றும், கிடைக்கும் வருமானம் பெல்லைச் சேரும் என்றும் முடிவானது.

அந்த நிகழ்ச்சியை நடத்தியதில் பெல்லுக்குக் கிடைத்த பணம் 149 டாலர். அந்த வருமானத்தில் 85 டாலருக்கு வெள்ளியில் டெலிபோன் மாடல் ஒன்றை செய்யச்சொல்லி அதைத் தன்னுடைய காதலி மேபெல்லுக்குப் பரிசளித்தார் பெல்.

★

1877-ம் ஆண்டு சிக்காகோ ட்ரிப்யூன் பத்திரிகையில் ஒரு செய்தி வந்தது. அதில், 'உண்மையில் கிரே என்பவர்தான் தொலைபேசியைக் கண்டு பிடித்தார். அலெக்சாண்டர் கிரஹாம் பெல் என்பவர், தான் கண்டு பிடித்ததாகப் பொய் சொல்லிக்கொண்டு திரிகிறார். உண்மையான கண்டுபிடிப்பாளரான கிரேவுக்குத் தொலைபேசி பற்றி சொற் பொழிவாற்றப் பணம் வந்து குவிகிறது.'

அந்தச் செய்தி பெல்லைக் கொதித்தெழச் செய்தது. அந்த நேரத்தில் கிரே, பெல்லுக்கு ஒரு கடிதம் எழுதியிருந்தார். அதில், தான் நிகழ்த்தும்

சொற்பொழிவுகளில் பெல்லின் தொலைபேசிக் கருவியைப் பயன் படுத்தவும் அதைப் பற்றிப் பேசவும் தனக்கு அனுமதி வேண்டும் என்று கேட்டிருந்தார்.

பெல் அவருக்கு எழுதிய பதிலில், 'நீங்கள் ட்ரிப்யூன் பத்திரிகைக்கு உடனே மறுப்பு எழுத வேண்டும். உங்கள் சொற்பொழிவுகளில் ட்ரிப்யூன் பத்திரிகை எழுதியது அபத்தம் என்பதையும் குறிப்பிட வேண்டும். அப்படிச் செய்தால் என்னுடைய கருவியைப் பயன் படுத்திக் கொள்ளலாம்' என்று குறிப்பிட்டார்.

'ட்ரிப்யூன் பத்திரிகை எழுதியது எனக்குத் தெரியாது. என் பேரில் என்ன தவறு இருந்தாலும் அதைச் சரிசெய்ய சித்தமாக இருக்கிறேன்' என்று கிரே பதில் எழுதினார். மற்றொரு கடிதத்தில், 'பேச்சை அனுப்பும் ஆய்வில் நான் என்ன செய்துகொண்டிருந்தேன் என்பது உங்களுக்குத் தெரியாது. ஆனால் என்னுடைய ஆவணங்களைப் பார்த்தால் அதைப் பற்றி நான் குறித்திருப்பது தெரியும். ஆனால் வெறும் கருத்து மட்டுமே கண்டுபிடிப்பாகாது என்பதும் எனக்குத் தெரியும்' என்று எழுதினார்.

தான் கண்டுபிடித்த தொலைபேசியைப் பற்றிப் பேசி கிரே பணம் சம்பதிக்கிறார். நாம் ஏன் அப்படிச் செய்யக்கூடாது என்று நினைத்து பெல் பல நிகழ்ச்சிகளுக்கு ஒப்புக்கொண்டார். அவருடைய சொற் பொழிவுகளுக்கு நல்ல கூட்டம் சேர்ந்தது, நல்ல வருமானமும் வந்தது.

தொலைபேசிக் கருவிகள் நன்கு இயங்கத் தொடங்கின. இனி இவற்றைத் தொழில்களுக்கும் வீடுகளுக்கும் விற்பனை செய்யலாம் என்று எண்ணினார்கள். ஆனால் ஹப்பர்ட் அதற்கு ஒப்புக்கொள்ளவில்லை. விற்கத் தொடங்கினால், வேறு சிலரும் திருட்டுத்தனமாகக் கருவிகளை உற்பத்தி செய்து விற்பார்கள். எனவே, கருவிகளை வாடகைக்கு விடலாம் என்றார் அவர். அனைவரும் அதை ஏற்றுக்கொண்டார்கள்.

முதல் தொலைபேசி இணைப்பு பாஸ்டனில் இருந்த வில்லியம்ஸ் கடைக்கும் அவருடைய வீட்டுக்கும் இடையே 4 ஏப்ரல் 1877 அன்று கொடுக்கப்பட்டது.

வில்லியம்ஸின் இணைப்பு மிக நன்றாக இயங்குகிறது என்பதைக் கேள்விப்பட்டுப் பலரும் தொலைபேசிக்கு விண்ணப்பித்தனர்.

வில்லியம்ஸின் கடையிலேயே தொலைபேசிக் கருவிகள் தயாரிக்கப் பட்டு விற்கப்பட்டன.

வில்லியம்ஸுக்குத் தொலைபேசி இணைப்பை இலவசமாகக் கொடுத்திருந்தார் பெல். எனவே, அவரை முதல் வாடிக்கையாளராகக்

கருத முடியாது. ரோஸ்வெல் சி டௌனர் என்பவர்தான் பணம் கொடுத்து இணைப்பைப் பெற்ற முதல் ஆசாமி. ஆனால் அவரிட மிருந்து பணம் வருவதற்கு முன்னதாகவே ஜேம்ஸ் எமெரி என்பவர் ஓராண்டுக்கான வாடகை முன்பணமாக 20 டாலரைக் கொடுத்தார்.

இன்னமும் தொலைபேசி இணைப்புகளைத் தருவதற்கு என்று ஒரு நிறுவனத்தையே உருவாக்கவில்லை. இந்தப் பணத்தை எந்தக் கணக்கில் சேர்ப்பது?

ஹப்பர்டின் ஆலோசனையின்படி 8 ஜூன் 1877 அன்று A.G.Bell & Co. Telephone Account from J.Emery, Jr., $20.00 என்று கணக்கு எழுதினார்கள். அப்படித்தான் அவர்களுடைய தொலைபேசி இணைப்பு நிறுவனம் உருவானது.

முதல் பணம் வந்துவிட்டதே தவிர, நிறுவனத்தைத் தொடங்க முடியாத நிலை ஏற்பட்டது. ஹப்பர்ட் தன்னிடம் பணமில்லை என்று கூறிவிட்டார். சாண்டர்ஸ், தான் மட்டும் தனியாகப் பணம் போட மறுத்துவிட்டார். பெல்லிடம் சுத்தமாகப் பணம் கிடையாது, என்ன செய்வது?

பேசாமல் தொலைபேசி உரிமையை வெஸ்டர்ன் யூனியனுக்கே விற்று விடலாம் என்று முடிவுசெய்து, ஹப்பர்ட் ஆர்ட்டனைச் சந்தித்தார். ஒரு லட்சம் டாலர்கள் கொடுத்தால் தொலைபேசி உரிமையை முற்றிலும் வெஸ்டெர்ன் யூனியனுக்கு விற்றுவிடுவதாகச் சொன்னார். ஆனால் எந்த வகையிலும் ஹப்பர்டுக்கு உதவக்கூடாது என்ற எண்ணம் கொண்ட ஆர்ட்டன் அதை வாங்க மறுத்துவிட்டார்.

ஏனெனில் அதற்கு சில நாள்கள் முன்னர்தான் ஆர்ட்டன், தாமஸ் ஆல்வா எடிசனிடம் பணம் கொடுத்து பெல்லின் கருவிக்கு மாற்றாக ஒரு கருவியைக் கண்டுபிடிக்கும்படி கேட்டிருந்தார்.

வெஸ்டர்ன் யூனியன் முயற்சி தோல்வியடைந்ததும், வேறு வழியின்றி ஹப்பர்ட், சாண்டர்ஸ், பெல், வாட்சன் ஆகிய நால்வரும் சேர்ந்து தாமாகவே ஒரு நிறுவனத்தைத் தொடங்குவது என்ற முடிவுக்கு வந்தார்கள். ஏனெனில் தொலைபேசிக் கருவியை வாங்கப் பலர் தயாராக இருந்தார்கள்.

9 ஜூலை 1877 அன்று 'பெல் டெலிஃபோன் கம்பெனி' தொடங்கப் பட்டது. ஹப்பர்ட், தலைவராக நியமிக்கப்பட்டார். பெல்,சாண்டர்ஸ், ஹப்பர்ட் ஆகியோருக்குத் தலா 30% பங்குகளும் வாட்சனுக்குப் 10% பங்குகளும் வழங்கப்பட்டது.

பெல்லின் சொற்பொழிவுகள் மீண்டும் சூடுபிடித்ததால், பண வரவு கணிசமாக இருந்தது. அது தவிர அவர், வெளிநாட்டு உரிமையில் ஒரு பகுதியை வில்லியம் ரேனால்ட்ஸ் என்பவருக்கு 5000 டாலருக்கு விற்றார்.

ஓரளவு கையில் பணம் சேர்ந்துவிட்டதால் பெல் திருமணத்துக்குச் சம்மதித்தார்.

11 ஜூலை 1877 அன்று மேபெல்லுக்கும் அலெக்குக்கும் திருமணம் செய்வது என்று நிச்சயிக்கப்பட்டது. வாட்சன்தான் மாப்பிள்ளைத் தோழன். கேம்ப்ரிட்ஜில் உள்ள ஹப்பர்டின் வீட்டில் திருமணம் நடை பெற்றது. எந்த அறையில் அலெக் அந்த வீட்டில் பியானோ வாசித்து ஹப்பர்டுக்கு பலமடித் தந்தி பற்றிச் சொன்னாரோ அதே இடத்தில் திருமணம் சிறப்பாக நடைபெற்றது.

மேபெல்லுக்குத் திருமணப்பரிசாக அலெக், பெல் டெலிஃபோன் நிறுவனப் பங்குகளில் தன்னிடம் இருந்த 1507-ல் தனக்கு என பத்துப் பங்குகளை மட்டும் வைத்துக்கொண்டு, மீதி அனைத்தையும் மேபெல் பெயருக்கு மாற்றிவழங்கினார். அதைத்தவிர பதினோரு உருண்டை முத்துகள் பதித்த சிலுவை ஒன்றையும் பரிசளித்தார்.

மணமக்கள் தேன் நிலவுக்காக நயாகரா நீர்வீழ்ச்சிக்குச் சென்றார்கள்.

நயாகராவுக்கு அருகில்தான் ப்ராண்ட்ஃபோர்ட் இருக்கிறது. நயாகராவி லிருந்து மணமக்கள் அலெக்கின் தந்தை வீட்டுக்குச் சென்றார்கள். இங்கேதான் முதன்முதலில் அலெக்கின் தாய் எலிஸாவை மேபெல் சந்தித்தார். மேபெல் அந்த வீட்டுக்குள் காலடி எடுத்து வைத்தபோது, எலிஸாவின் உறவுப் பெண்கள் ஓட் கேக்கை மணமகள் தலையில் உடைத்து வரவேற்றார்கள். அப்படிச் செய்வது ஸ்காட்லாந்து வழக்கம்.

மணமக்கள் அங்கே சில நாள்களைக் கழித்துவிட்டு ஊர் திரும்பினார்கள்.

தொலைபேசி கண்டுபிடிக்கப்பட்ட சமயத்தில் அமெரிக்காவில் இருந்த சூழ்நிலையைச் சற்று அறிந்து கொள்வது அவசியம்.

சுதந்தரப் பிரகடனம் செய்து நூறு ஆண்டுகளுக்குமேல் ஆனாலும் அமெரிக்காவில் அரசியல், சமுதாய நிலையில் குழப்பமே நிலவி வந்தது. லஞ்சம் வாங்கியதற்காக அமெரிக்க வெளியுறவு மந்திரி வில்லியம் பெல்னாப் என்பவர்மீது பதவி நீக்கும் தீர்மானம் கொண்டு வரப்பட்டது. அவர் தானாகவே பதவி விலகினார்.

அமெரிக்க ஜனாதிபதி தேர்தலில் மக்கள் வாக்கு வேறு, எலெக்டோரல் காலேஜ் வாக்கு என்பது வேறு. அதனால் சில சமயங்களில் அதிகமான மக்கள் வாக்குகளைப் பெற்றாலும், ஒருவர் ஜனாதிபதி தேர்தலில் தோற்க நேரிடும். அந்தச் சமயத்தில் அதுதான் நடந்திருந்தது.

மக்கள் வாக்கு அதிகம் பெறாத ரூதெர்ஃபோர்ட் ஹே, அதிக வாக்குகளைப் பெற்ற சாமுவேல் டில்டன் என்பவருக்குப் பதிலாக ஜனாதிபதியாக அறிவிக்கப்பட்டார்.

மக்கள் பெரும்பாலும் கிராமப் பகுதியில் வசித்தார்கள். மின் இணைப்புகள் கிடையாது. போக்குவரத்துக்கு ரயில்கள்தான் விரை வானதாக இருந்தன. கலிஃபோர்னியா போன்ற நாட்டின் மேற்குப் பகுதிகளில் சட்டம்-ஒழுங்கு சீர் குலைந்த நிலையில் இருந்தது. சில நேர்மையற்ற முதலாளிகளின் செயலால் வடகிழக்குப் பகுதி ரயில்வே நிலைகுலைந்தது.

அந்தச் சூழ்நிலையில் சிதறிக்கிடந்த மக்களை இணைக்கவும், திறமையான முறையில் நாட்டை ஆட்சி செய்யவும் தொலைபேசி போன்ற ஒரு கருவி மிகமிக அவசியமானது. ஆனால் அப்பொழுது அதன் தாக்கத்தை யாரும் புரிந்துகொள்ளவில்லை.

நெடுந்தொலைவுத் தொலைபேசி இணைப்புகளும் தொலைபேசி இணைப்பகங்களும் இன்னும் ஏற்பட்டிருக்கவில்லை.

இருவருக்கிடையே பேசும் தனி இணைப்புகள் மட்டுமே கொடுக்கப் பட்டன. அதில் பேசுவதற்குப் பலர் பழக்கப்படவில்லை. ஆரம்பத்தில் பேசுவதற்கும் கேட்பதற்கும் ஒரே கருவிதான் இருந்தது. பேசுபவர் கேட்கமுடியாது. கேட்பவர் பேசமுடியாது. பேசி முடித்ததும் ஒருவர் கருவியின் வாய்ப்பகுதியைக் காதில் வைத்துக்கொள்ளவேண்டும். அடுத்தவர் பேசவேண்டும். சத்தம் போட்டுப் பேசவேண்டும். இடி இடித்தால் தொலைபேசி வேலை செய்யாது.

எனவே பெல் டெலிஃபோன் கம்பெனிக்குப் போட்டி நிறுவனங்கள் தோன்றி இன்னும் சிறப்பாகச் சேவை அளிப்பதாகச் சொன்னார்கள்.

வெஸ்டர்ன் யூனியன் இந்தப் போட்டியில் முன்னணியில் நின்றது.

★

பெல் வெளிநாடுகளுக்குச் சென்று தொலைபேசியைப் பரப்பலாம் என்று நினைத்தார். அதோடு மனைவியை அழைத்துக்கொண்டு தன் பிறந்தநாட்டுக்குச் சென்றுவர விரும்பினார்.

ஆகஸ்ட் 1877-ல் இங்கிலாந்துக்குப் பயணம் மேற்கொண்டார்கள்.

அந்தக் கப்பலிலும் பெல் தொலைபேசி இணைப்பை அமைத்துக் கொடுத்தார்.

ஆனால் பயணத்தின்போது மேபெல் கருவுற்றார். எனவே நவம்பர் 1977-ல் ஊர் திரும்பலாம் என்று அவர்கள் போட்டிருந்த திட்டம் கைவிடப்பட்டது. 8 மே 1878-ல் அவருக்கு ஒரு பெண் குழந்தை பிறந்தது. குழந்தைக்கு 'எல்சி மே' என்று பெயரிட்டார்கள்.

பெல் பல இடங்களுக்கும் சென்று சொற்பொழிவாற்றினார். அவருக்கு நல்ல வருமானம் வந்தது. ஒரு சொற்பொழிவுக்கு 25 பவுண்ட்வரை கிடைத்தது.

சர் வில்லியம் தாம்சன் பெல்லின் கண்டுபிடிப்பைப் பற்றிப் பல பத்திரிகைகளில் எழுதியிருந்ததால் பெல்லைப் பற்றி அவர் வருவதற்கு முன்பே மக்கள் அறிந்திருந்தார்கள். அவர் பேசிய ஒரு கூட்டத்துக்கு இரண்டாயிரம் பேருக்குமேல் வந்திருந்தார்கள். பல இடங்களில் இடமின்மையால் பலர் திருப்பி அனுப்பப்பட்டார்கள்.

விக்டோரியா மஹாராணி தொலைபேசியைப் பார்க்க விரும்புவதாகச் செய்தி வந்தது.

14 ஜனவரி 1878-ல் மஹாராணிக்குத் தொலைபேசியை இயக்கிக் காட்டு வதற்காக ஏற்பாடு செய்யப்பட்டது. ஆஸ்பார்ன் ஹவுஸ் என்ற இடத்தில் ஆஸ்பார்ன் காட்டேஜுக்கும் ஆஸ்பார்ன் கவுன்சில் அறைக்கும் இடையில் இணைப்பு ஏற்படுத்தப்பட்டது.

காட்டேஜ் முனையிலிருந்து பேசியதை மஹாராணி கேட்டார். மறு முனையிலிருந்து ஒரு பாடகி பாட்டுப்பாட மஹாராணி அதைக் கேட்டார். அன்று அவருடைய நாட்குறிப்பில் மஹாராணி, 'தொலை பேசிக் கருவி மிக அற்புதமானது' என்று எழுதினார்.

மஹாராணி தொலைபேசியில் ஆர்வம் காட்டினார் என்ற செய்தி மக்களிடையே ஆர்வத்தைத் தூண்டியது. மிஸ் காதே என்பவர் 'பெல் தொலைபேசியின் கதை' என்ற ஒரு சிறு புத்தகத்தை எழுதி வெளியிட்டார். அதில் 'ஒரு காலத்தில் ஒளியும் ஒலியும்கூட நெடுந் தொலைவுக்கு அனுப்பப்படும்' என்றும் 'பல நூறு மைல்களுக்கு அப்பால் இருக்கும் இருவர் ஒருவரையொருவர் பார்த்துக்கொண்டு பேசும் நிலை வரும்' என்றும் அவர் எழுதியிருந்தார்.

எங்கே சென்றாலும் தொலைபேசியைப் பற்றிய பேச்சுத்தான். தொலைபேசிப் பொம்மைகள், தொலைபேசிப் படம் போட்ட

பனியன்கள். வெறுமனே தொலைபேசி என்று வாசகம் மட்டும் எழுதிய ஆடைகள், விளம்பரங்கள் என லண்டன் வீதிகளில் எல்லாக் கடைகளிலும் தொலைபேசி ஆக்ரமித்துக்கொண்டது. ஒரு மாதத்தில் ஏழு லட்சம் பொம்மைகளும் பனியன்களும் விற்கப்பட்டன. பெல்லின் புகழ் மேலும் கூடியது.

★

தொலைபேசிச் சேவையை அளிக்கும் உரிமை பல நாடுகளுக்கும் விற்கப்பட்டது. அதில் பெல்லுக்கும் அவருடைய உறவினர்களுக்கும் நல்ல பணம் கிடைத்தது. ஆனால் சில இடங்களில் வழக்குகளை எதிர்கொள்ள வேண்டியிருந்தது. சில இடங்களில் பெல்லின் உரிமம் ஏற்றுக்கொள்ளப்படாமல் உள்ளூர் நிறுவனங்களுக்கு உரிமம் வழங்கப்பட்டது.

பெல்லுக்கு வியாபாரத்தைப் பற்றிய நுணுக்கங்கள் அதிகம் தெரியாது. 'என்னை வியாபாரி ஆக்காதீர்கள். தயவுசெய்து என்னை என்னுடைய கண்டுபிடிப்புகளோடு உலவ விட்டுவிடுங்கள்' என்று பெல் சொல்வார். அவருடைய மாமனார் ஹப்பர்ட்தான் அவருடைய வியாபாரங்கள் அனைத்தையும் கவனித்து வந்தார்.

ஆனாலும் ஒரு கட்டத்தில் பெல்லுக்குத் தன்னுடைய மாமனார் தன்னை ஏமாற்றுகிறாரோ என்று சந்தேகிக்கும் நிலை வந்தது. ஆனால் நல்லவேளையாக ஹப்பர்ட் விட்டுக்கொடுத்தார்.

★

எடிசன் போனோகிராபை வெளியிட்டபோது அதைப் பார்த்த பெல், தாம் அதை ஏற்கெனவே செய்திருப்பதாகவும், ஆனால் அதன் பயன் பற்றிப் புரிந்துகொள்ளவில்லை என்றும் ஹப்பர்டுக்கு எழுதினார். ஹப்பர்ட் சும்மா இருப்பாரா? அப்படியென்றால் எடிசனின் காப்புரிமைக்குள் செல்லாத வகையில் அந்தக் கருவியை மேம்படுத்தப் பாருங்கள் என்றார்.

அந்த நேரத்தில் எடிசன் தொலைபேசியை மேம்படுத்த ஆராய்ச்சி செய்துகொண்டிருந்தார். அப்போது பெல் எடிசனின் போனோக்ராபை மேம்படுத்தும் ஆராய்ச்சிக்குள் புகுந்தார். அப்படிச் செய்தால் எடிசன் தொலைபேசி ஆராய்ச்சியை விட்டுவிட்டு போனோகிராபுக்குள் புகுந்து விடுவார் என்பது வாட்சனின் கணிப்பு.

இதற்கிடையில் போனோகிராபை இசைப் பெட்டியாகச் செய்து, பொதுமக்கள் கூடும் இடங்களில் நிறுவி, காட்சி நடத்துவதற்கான

உரிமையை ஹப்பர்ட் எடிசனிடமிருந்து 10,000 டாலர் கொடுத்து வாங்கினார். அதற்கு தொடர்ந்து ராயல்டி கொடுப்பதாகவும் ஒப்பந்தம். நியூ யார்க்கிலும் வேறு பல நகரங்களிலும் கண்காட்சிகள் நடைபெற்றன. ஆனால் தொலைபேசி அதிகமாகப் புழக்கத்துக்கு வந்தபிறகு இசைப் பெட்டியில் மக்களுக்கு ஆர்வம் குறைந்தது.

பெல்லின் ஆலோசனைப்படி, சுற்றினால் பேசக்கூடிய பம்பரங்களை வாட்சன் செய்தார். அந்த பொம்மைகளுக்கு நல்ல வரவேற்பு இருந்தது. ஆனால் பெல்லுக்கு ஒன்று மாற்றி ஒன்று சிந்தனையில் எழுந்து கொண்டிருந்ததே தவிர எதையும் அவர் முழுமையாகச் செய்யவில்லை. அந்தந்தச் சமயத்தில் எது தோன்றுகிறதோ அதில் இறங்கிவிடுவார்.

இது எடிசனுடைய முறைக்கு மாறுபட்டது. ஒரே சமயத்தில் பல ஆய்வுகளை மேற்கொண்டாலும், எடிசன் எடுத்ததை முடிக்காமல் விடமாட்டார். தோல்விகளைப் பற்றி எடிசன் கவலைப்பட்டதே இல்லை. ஆனால் பெல் ஆய்வை மாற்றிக்கொண்டே இருப்பார்.

பெல்லை, ஏதாவது ஒன்றில் தொடர்ந்து ஈடுபடும்படி மேபெல் வற்புறுத்தினார்.

லண்டன் பல்கலைக் கழகத்தைச் சேர்ந்த பேராசிரியர் டேவிட் ஹூக்ஸ் என்பவர் மைக்ரோபோனைக் கண்டுபிடித்தார். அதை அறிந்த சிலர், 'இந்தக் கருவி காது கேளாதோருக்கு உதவுமா?' எனக் கேட்டு பெல்லுக்குக் கடிதம் எழுதினார்கள்.

காது கேளாதோருக்கு உதவுவதற்காகவே எப்பொழுதும் முதல் வரிசையில் நிற்கும் பெல் அதையும் ஆராய்ந்து பார்த்துவிடுவோமே என்று அவருடைய தொலைபேசிக்கருவியோடு மைக்ரோபோனை இணைத்து காது கேளாத ஒருவரிடம் ஆராய்ந்து பார்த்தார். அடுத்த அறையிலிருந்து பேசினாலும் அது அவருக்குத் தெளிவாகக் கேட்டது. 'இந்தக் கருவி வருங்காலத்தில் காதுகேளாதோருக்குப் பயன்படலாம்' என்றார் பெல். அதுதான் பின்னாளில் ஹியரிங் எய்டாக மாறியது.

★

தான் அமெரிக்கா திரும்புவதற்குமுன் இங்கிலாந்தில் காணும் பேச்சைப் பயன்படுத்தும் ஒரு பள்ளிக்கூடத்தையாவது நிறுவிவிட வேண்டும் என்று பெல் விரும்பினார். அவர் கிளாஸ்கோவில் ஆற்றிய சொற்பொழிவைக் கேட்டுவிட்டு தாமஸ் போர்த்விக் என்ற வணிகர் கிரீனாக் என்ற இடத்தில் அவருடைய காதுகேளாத பெண்ணுக்கும் வேறு பத்துச் சிறுவர்களுக்கும் கற்றுக்கொடுக்கும் வகையில் ஒரு பள்ளியைத் தொடங்க விரும்புவதாகச் சொன்னார். அதற்கான

ஆசிரியரை அனுப்பிவைக்கும்படியும் பெல்லைக் கேட்டுக் கொண்டார்.

மேபெல்லின் முன்னாள் ஆசிரியர் மேரி ட்ரூவை அந்தப் பள்ளிக்கு ஆசிரியராக நியமிக்கலாம் என்று தீர்மானித்தார். தற்செயலாக, மேரி ட்ரூ அப்போது லண்டன் வந்திருந்தார். அவரும் அந்த அழைப்பை ஏற்றுக்கொண்டார்.

பெல் தொடங்கிவைத்த அந்தப் பள்ளி இன்றும் செயல்பட்டு வருகிறது.

அந்தப் பள்ளியின் வெற்றி பல இடங்களுக்கும் பரவியது. ஐரோப்பாவில் காது கேளாதோருக்குப் பேசக் கற்றுக்கொடுக்கும் பள்ளிகள் பல தொடங்கப்பட்டன. பெல்லுக்கு அது மனநிறைவைக் கொடுத்தது.

★

மீண்டும் தொலைபேசி ஆய்வுக்குச் செல்ல பெல் விரும்பவில்லை. முடிந்தால் கிரீனாக்கிலேயே தங்கி, காது கேளாதோருக்குப் பாடம் சொல்லிக்கொடுக்கலாம் என்று நினைத்தார். ஆனால் அது இயலாது என்று தோன்றியது.

மீண்டும் அமெரிக்கா திரும்பினால் தொலைபேசி தன்னை இழுத்துக் கொண்டுவிடும் என்பதால் கனடாவுக்குச் சென்றுவிடலாம் என்று முடிவு செய்தார்.

மனைவி, குழந்தையோடு கனடாவின் கியூபெக்குக்குச் சென்று கப்பலில் இறங்கினார்.

துறைமுகத்தைவிட்டு வெளியே வந்தபோது, அங்கே அவருக்காக வாட்சன் காத்துக்கொண்டிருந்தார். பெல்லை அமெரிக்காவிற்கு அழைத்துச் செல்ல!

11. வழக்குகள், வழக்குகள்

'மிஸ்டர் ஆர்ட்டன், அன்று நான் விற்பதாகச் சொன்னபோது வாங்க மறுத்துவிட்டீர்கள். இப்பொழுது எங்கள் நிறுவனம் சிறப்பாகச் செயல் படுவதைக் கண்டு விலைபேசுகிறீர்கள். நான் எப்படி உங்களுக்கு விற்கமுடியும்?' என்றார் ஹப்பர்ட்.

'மிஸ்டர் ஹப்பர்ட், உங்களுக்குத் தெரியாததா, வியாபாரத்தில் இதெல்லாம் சகஜம்தானே?' என்றார் ஆர்ட்டன்.

'உண்மைதான். ஆனால் நாங்கள் இப்போது உங்களுக்கு விற்கத் தயாராக இல்லை' என்றார் ஹப்பர்ட்.

'உங்கள் நிறுவனத்துக்குப் போட்டியாக நாங்கள் இயங்கிக்கொண்டி ருக்கிறோம் என்பது தெரியுமல்லவா? வெஸ்டர்ன் யூனியன் எவ்வளவு பெரிய நிறுவனம் என்று உங்களுக்குத் தெரியும்.'

'தெரியும். அதைக்கண்டு நாங்கள் பயப்படவில்லை.'

'நீங்கள் கொடுத்திருக்கும் இணைப்புகளைவிட நாங்கள் அதிகம் கொடுத்திருக்கிறோம்.'

'அதுவும் தெரியும். காப்புரிமை எங்களிடம் இருக்கிறது. நீங்கள் என்ன செய்துவிட முடியும்?'

'கிரே இன்னும் எங்களிடம்தான் இருக்கிறார். உங்கள் நிறுவனத்தின்மீது வழக்கு போடுவோம். உங்களைத் திண்டாட விடுவோம். எங்களுக்காக எடிசனே ஆய்வு செய்கிறார் என்பது தெரியுமல்லவா?'

'எல்லாம் தெரியும். நாங்கள் எதையும் சந்திக்கத் தயார்' என்று சொல்லி விட்டு எழுந்து சென்றார் ஹப்பர்ட்.

பெல் அமெரிக்காவை விட்டுப் போனதிலிருந்து திரும்பிவரும்வரை, பெல் டெலிஃபோன் கம்பெனியில் என்ன நடந்தது என்பதைத் தெரிந்து கொள்வது அவசியம்.

பெல் ஊரில் இல்லாத நேரம், வாட்சன்தான் பெல்லின் வேலையையும் சேர்த்துப் பார்த்துவந்தார். வாட்சனிடம் 10% பங்குகள் இருந்ததால், அவர் மிகுந்த ஊக்கத்துடன் வேலை செய்தார். தோல்வியைக் கண்டு அவர் துவளவில்லை.

ஹப்பர்ட் மிகவும் துடிப்புள்ளவர். எப்பொழுதாவதுதான் மனத்தளர்ச்சி அடைவார். எப்பொழுதும் நம்பிக்கையோடு செயல்படுவார்.

ஆனால் சாண்டர்ஸ் நிலை சற்று மாறுபட்டது. சின்னத் தோல்வியும் அவரை வாட்டிவிடும். அவர் பெல் டெலிஃபோன் கம்பெனியின் பொருளாளராக இருந்ததால் கிட்டத்தட்ட ஒரு லட்சத்துப் பத்தாயிரம் டாலர் தனது சொந்தப் பணத்தை கம்பெனியில் முடக்கியிருந்தார். வருமானம் என்ற பெயரில் ஒரு டாலர்கூட அவருக்கு அதுவரை கிடைத்திருக்கவில்லை.

ஹப்பர்ட், கம்பனியின் நிதிநிலையைப் பற்றிக் கவலைப்படாமல் புதுப்புது முகவர்களை நியமித்தார். வில்லியம்ஸை, தொலைபேசி களை உற்பத்தி செய்து கொடுத்துக்கொண்டே இருக்கும்படிச் சொன்னார். பணம் கொடுக்க வேண்டியது சாண்டர்ஸ்தானே! ஹப்பர்டிடமிருந்து நிதி உதவி கிடைக்கவில்லை.

ஹப்பர்டுக்கும் சாண்டர்ஸுக்கும் இடையே அடிக்கடி சச்சரவுகள் நிகழ்ந்தன.

பெல் தொலைபேசி நிறுவனம் வளரத் தொடங்கியது. நூறாயிரம் டாலர் கொடுத்தால் உரிமத்தை விற்றுவிடுவதாக ஹப்பர்ட் சொன்ன போது இணங்காத வெஸ்டர்ன் யூனியன், இப்போது பெல் டெலிஃபோன் கம்பெனி நன்றாக இயங்குவதைக் கண்டு அதை விலைக்கு வாங்க முயன்றது. ஆனால் ஹப்பர்ட் மறுத்துவிட்டார்.

இதனால் எரிச்சலடைந்த வெஸ்டர்ன் யூனியன், பெல்லின் பேடண்டை எதிர்த்து வழக்கு தொடுக்கும்படி பலரைத் தூண்டியது. அவர்களுக்கு வழக்குக்கு ஆகும் செலவையும் அதுவே ஏற்றுக்கொண்டது. அது மட்டுமின்றி பாஸ்டன்தவிர மற்ற இடங்களில், 'அமெரிக்கன் ஸ்பீக்கிங் டெலிபோன் கம்பெனி' என்ற பெயரில் அது தொலைபேசி இணைப்பு களைக் கொடுக்கத் தொடங்கியது.

ஒரு காலகட்டத்தில் பெல்லின் இணைப்புகளைவிட வெஸ்டர்ன் யூனியன் இணைப்புகள் அதிகமிருந்தன. வெஸ்டர்ன் யூனியன் தொலைபேசிக் கட்டணத்தைக் குறைத்தது. அதுமட்டுமின்றி பெல் நிறுவனம் அமைத்த தொலைபேசிக் கம்பிகளை யாருக்கும் தெரியாமல் ஆங்காங்கே துண்டித்தது

1877-ல் முதல் தொலைபேசி மைய இணைப்பகம் ஹார்ட்ஃபோர்ட் என்ற இடத்தில் அங்குள்ள மருத்துவர்களின் இல்லங்களை இணைப்ப தற்காக உருவாக்கப்பட்டது. ஆனால் முதல் முறைப்படியான தொடர்பகம் நியூ ஹேவனைச் சேர்ந்த ஜார்ஜ் டபிள்யூ காய் என்பவரால் உருவாக்கப்பட்டு 28 ஜனவரி 1878 அன்று 21 சந்தாதாரர்களுடன் தொடங்கப்பட்டது.

(குறிப்பு: சரியாக நான்கு ஆண்டுகள் கழித்து 28 ஜனவரி 1882-ல் சென்னை, பம்பாய், கல்கத்தா, கராச்சி என்ற நான்கு இடங்களிலும் ஒரே நாளில் தொலைபேசித் தொடர்பகங்கள் தொடங்கப்பட்டன. சென்னையில் 24 சந்தாதாரர்களுடன், 22 எர்ரபாலு செட்டித் தெரு என்னும் முகவரியில் தொலைபேசி இணைப்பகம் தொடங்கப் பட்டது.)

மூன்று நாள்கள் கழித்து இரண்டாவது இணைப்பகம் கனெக்டிகட்டில் தொடங்கப்பட்டது. சான் பிரான்ஸிஸ்கோவில் பிப்ரவரியிலும், நியூ யார்க் மாகாணத்தில் அல்பனியில் மார்ச்சிலும், பாஸ்டனில் ஏப்ரலிலும், சிகாகோவில் ஜூனிலும் தொடங்கப்பட்டன.

எல்லாத் தொடர்பகங்களிலும் ஆண்களே தொலைபேசி ஆபரேட்டர் களாகப் பணிபுரிந்தார்கள். தொலைபேசித் தொடர்பகத்துக்குள் நுழைந் தால் அங்கு கேட்கும் கூச்சல் ஏதோ சந்தைக்கடைக்குள் நுழைந்து விட்டோமோ என்று எண்ணத் தோன்றும்.

ஆண் ஆபரேட்டர்களால் பல தொல்லைகள் ஏற்பட்டன. பொறுமையின்றி சந்தாதாரர்களிடம் கத்தத் தொடங்கினார்கள். வேறுவழியின்றி 1878-ம் ஆண்டு முதல் பெண்களை தொலைபேசி ஆபரேட்டர்களாக நியமிக்கத்தொடங்கினார்கள்.

வெஸ்டர்ன் யூனியன், எடிசனுடைய கார்பன் டிரான்ஸ்மிட்டர் உரிமையை வாங்கியது. இனிப் பொறுத்துப்போவதில் பயனில்லை என்றுபொங்கி எழுந்தது பெல் நிறுவனம்.

1877-ல், எமிலி பெர்லைனர் என்பவர் மாறுபடு மின்சார டிரான்ஸ் மிட்டருக்குக் கேவியட் பதிவு செய்திருந்தார். அந்த உரிமையை பெல் நிறுவனம் வாங்கியது. எடிசனின் கார்பன் டிரான்ஸ்மிட்டர் அதற்குச்

சற்றுப் பிந்தியது என்று சொல்லி வெஸ்டர்ன் யூனியன்மீது பெல் நிறுவனம் வழக்குத் தொடுத்தது. வெற்றிகரமாக, கார்பன் டிரான்ஸ் மிட்டர் காப்புரிமை எடிசனுக்குப் போவதைத் தடை செய்தது.

ஃப்ரான்ஸிஸ் பிளேக் என்பவர் கார்பன் டிரான்ஸ்மிட்டர் ஒன்றை வடிவமைத்திருந்தார். ஏற்கெனவே மாறுபடு மின்சார டிரான்ஸ் மிட்டருக்கான கேவியட் தம்மிடம் இருந்ததால், பிளேக்கின் டிரான்ஸ் மிட்டர் கருவி டிசைனை பெல் நிறுவனம் வாங்கிப் பயன்படுத்தியது.

'எடிசனின் டிரான்ஸ்மிட்டரைத்தானே பயன்படுத்தக்கூடாது? நாங்கள் கிரேயின் டிரான்ஸ்மிட்டரைப் பயன்படுத்துகிறோம்' என்று சொல்லி, எடிசனின் டிரான்ஸ்மிட்டரைப் பயன்படுத்தி வந்தார் வெஸ்டர்ன் யூனியனின் முகவர் ஒருவர். அவரை எதிர்த்து பெல் நிறுவனம் வழக்குத் தொடுத்தது.

பெல் தொலைபேசி நிறுவனத்துக்குப் பொதுமேலாளராக தியோடோர் வைல் (Theodore Vail) என்பவரை ஹப்பர்ட் நியமித்தார்.

பெல் நிறுவனத்தின் நிர்வாகப் பொறுப்பை ஏற்றுக்கொண்ட வைலின் சாமர்த்தியமான செயல்களால்தான் அந்த நிறுவனம் அழிவிலிருந்து காப்பாற்றப்பட்டது. இவ்வளவுக்கும் நிர்வாக அனுபவமோ படிப்போ வைலுக்கு அதிகம் கிடையாது. நியூ ஜெர்ஸியைச் சேர்ந்த மாரிஸ்டவுனில் ஓர் இரும்பு வியாபாரிக்குப் பிறந்த வைல், பள்ளிப்படிப்பு முடிந்ததும் ஒரு மருந்துக்கடையில் எழுத்தராகப் பணிபுரிந்தார். வெஸ்டர்ன் யூனியனில் சேர்ந்து நியூ யார்க்கில் தந்தி அலுவலராகப் பணிபுரிந்தார்.

1869-ம் ஆண்டு எம்மாலூயி ரைட்டர் என்ற பெண்ணைத் திருமணம் செய்து கொண்டார். அதற்கு முன்னர்வரை ஊதாரியாகவும் பொறுப்பின்றியும் திரிந்தவர், திருமணத்துக்குப் பிறகு முற்றிலும் மாறிவிட்டார். அவருடைய நிர்வாகத் திறமை சிறிது சிறிதாக வெளிப்படத் தொடங்கியது.

தபால் துறையில் நல்ல பதவியில் இருந்த வைல், அதுவரை தான் பெற்றுவந்த ஆண்டுச் சம்பளத்தைவிட 1000 டாலர் குறைவாகவே பெற்றுக்கொண்டு பெல் நிறுவனத்தில் வேலைக்குச் சேர்ந்தார். அவர் சேர்ந்த இரண்டாவது வருடத்தில் வியாபாரம் பெருகினால் 5000 டாலர் அதிகமாகத் தருவதாக ஹப்பர்ட் வாக்களித்தார். வைலும் அதை ஏற்றுக்கொண்டார்.

வைலின் நண்பர்கள், நலம்விரும்பிகள் அனைவரும் அவர் பெல் நிறுவனத்தில் வேலைக்குச் சேர்வது மோசமான முடிவு என்று அறிவுறுத்தினார்கள். ஆனால் வைல் அவற்றையெல்லாம் கேட்க வில்லை.

வைல், பெல் நிறுவனத்தில் சேர்ந்தபோது அந்த நிறுவனம் தத்தளித்துக் கொண்டிருந்தது. போட்டியாளர்கள் மிகவும் ஆக்ரோஷமாக எதிர்ப்பில் இறங்கினார்கள். வேண்டுமென்றே வழக்குகள் திணிக்கப்பட்டன.

அமோஸ் ஈ. டோல்பியர் என்பவரை வெஸ்டர்ன் யூனியன் தூண்டி விட்டது. பெல் நிறுவனத்தின்மீது வழக்குத் தொடுக்கவைத்தது. டோல்பியர் தான்தான் முதலில் தொலைபேசியைக் கண்டுபிடித்ததாகச் சொன்னார்.

காப்புரிமை அலுவலகம் டோல்பியர், பெல் இருவரும் நேராக வந்து தங்கள் வாதங்களை ஆதாரத்தோடு குறிப்பிட்ட தினத்துக்குள் சமர்ப் பிக்க வேண்டும் என்று கட்டளையிட்டது. அப்படி யாராவது ஒருவர் நேரில் வராவிட்டால், தீர்ப்பு ஒருதலைப் பட்சமாக வழங்கப்படும்.

★

இதனால்தான் கியூபெக் துறைமுகத்துக்கு வெளியே வந்து பெல் வருவதற்காகக் காத்திருந்தார் வாட்சன். பெல் வந்தால்தான் காப்புரிமை அலுவலகத்தில் சரியான ஆவணங்களைத் தாக்கல் செய்யமுடியும்.

பெல் தன்னுடைய குடும்பத்தை ப்ராண்ட்ஃபோர்டில் தன் தந்தையிடம் விட்டுவிட்டு பாஸ்டன் விரைந்தார். ஆனால் பாஸ்டன் வந்ததும் அவருக்கு உடல்நிலை சீர்கெடவே மசாசூஸெட்ஸ் பொது மருத்துவ மனையில் சேர்க்கப்பட்டார். எந்தவிதமான குறிப்பும் கையில் இல்லாமல், என்ன சொல்லவேண்டுமோ அனைத்தையும் வாய்மொழி யாக பெல் சொல்ல, அதை வாட்சன் எழுதிக்கொண்டார். குறிப்பிட்ட நாளுக்குள் வாக்குமூலம் பதிவு செய்யப்பட்டது.

தன்னை அநாவசியமாக வம்புக்கு இழுக்கிறார்கள் என்பதை அறிந்த பெல், மனைவி மேபெல்லுக்கு உடனே தந்தி கொடுத்து கேம்ப்ரிட்ஜில் தன் அறையில் இருக்கும் அலமாரி சாவியை உடனே அனுப்பச் சொன்னார். அவர்களுக்கிடையே எழுதப்பட்ட காதல் கடிதங்களையும் வழக்குக்காகப் பயன்படுத்த நேரிடலாம் என்பதையும் மனைவியிடம் தெரிவித்தார்.

மேபெல் தன்னால் முடிந்த ஆவணங்களைத் திரட்டி அனுப்பினார். பெல்லுக்கு எலிஷா கிரே எழுதிய கடிதம் சாதகமான துருப்புச் சீட்டாக அமைந்தது. அந்தக் கடிதத்தில், 'கருத்து மட்டுமே கண்டுபிடித்ததற்குச் சான்றாகாது' என்று கிரே குறிப்பிட்டிருந்தார்.

பெல் காப்புரிமை அலுவலகம் வந்ததும், எதிர்த்தரப்பு வழக்கறிஞர்கள் அவரைக் கேள்வியால் துளைத்தெடுத்தார்கள். பெல் சிறிதும் பதறாமல்

அனைத்து கேள்விகளுக்கும் பதில் சொன்னார். எல்லாமே அவருடைய கைவிரல் நுனியில் இருந்ததால், அவருக்கு எதையும் பார்த்துச் சொல்ல வேண்டிய அவசியம் நேரவில்லை. 100 பக்கங்களுக்கு மேல் அவருடைய வாக்குமூலம் அமைந்தது. அவருடைய ஆழ்ந்த அறிவையும் தொடர்ந்து தாக்குப்பிடிக்கும் தன்மையும் கண்டு எதிர்க்கட்சி வழக்கறிஞர்கள் வியந்து போனார்கள்.

மே 1879-ல் வழக்கு முடிவுக்கு வந்தது. தீர்ப்பு சொல்வது மட்டும்தான் பாக்கி.

வெஸ்டர்ன் யூனியனுக்கு எதிராகத் தீர்ப்பு வரும் என்று அதன் வழக்கறிஞருக்குத் தெரிந்துவிட்டது. எனவே அவர், பெல் டெலிஃபோன் கம்பெனியுடன் சமரசமாகப் போகும்படி வெஸ்டர்ன் யூனியனுக்கு ஆலோசனை கூறினார். இரு பக்கத்து வழக்கறிஞர்களும் ஒரு வாரம் கூடிப் பேசினார்கள். அதிலும் சமரசம் ஏற்படாமல் போகவே, இரு நிறுவனங்களும் நேரடியாகப் பேச்சுவார்த்தையில் ஈடுபட்டன.

மேற்கொண்டு தேவையில்லாமல் வழக்குகளைச் சந்திக்கவேண்டாம் என்பதால் இரண்டு பக்கமும் ஓர் உடன்படிக்கைக்கு வந்தன.

1. வெஸ்டர்ன் யூனியன் தன்னுடைய தொலைபேசிக் காப்புரிமை அனைத்தையும் பெல் டெலிஃபோன் கம்பெனிக்கு விட்டுக் கொடுக்கும்.

2. அடுத்த 17 ஆண்டுகளுக்கு டெலிபோன் வாடகையில் வரும் வருமானத்தில் 20 சதவிகிதத்தை வெஸ்டர்ன் யூனியனுக்குக் கொடுத்துவிடவேண்டும்.

அதன்படி 10 நவம்பர் 1879 அன்று ஒப்பந்தம் கையெழுத்தானது. இந்த ஒப்பந்தத்தை பெல் நிறுவனத்துக்குச் சாதகமாக ஆக்குவதில் வைல் பெரும்பங்கு வகித்தார்.

மார்ச் 1879-ல் பெல் நிறுவனப் பங்குகள் ஒவ்வொன்றும் 50 டாலருக்கு விற்றது. அதே பங்கு ஒப்பந்தம் கையெழுத்தான மறுநாள் 1000 டாலருக்கு விற்றது.

அதன் பிறகும்கூட பெல் நிறுவனம் கிட்டத்தட்ட 600 வழக்குகளைச் சந்திக்க நேர்ந்தது. அதில் இரண்டு வழக்குகள் மிகச் சிக்கலானவை. ஆனாலும் கடைசியில் எல்லா வழக்குகளிலும் பெல் நிறுவனம் வெற்றி பெற்றது.

பெல் நிறுவனத்தில் மேல்மட்டத்தில் பல மாற்றங்கள் நடைபெற்றன. தொடக்கத்தில் பங்குகளை வைத்திருந்த நால்வரும் பங்குகளை விற்க

விற்க, பிற பணமுதலைகள் உள்ளே நுழைந்தார்கள். ஹப்பர்ட் தலைவர் பதவியில் இருந்து விலக நேர்ந்தது. அந்த இடத்துக்கு வில்லியம் ஃபோர்ப்ஸ் (William Forbes) என்பவர் நியமிக்கப்பட்டார். ஹப்பர்டும் சாண்டர்ஸும் நிர்வாகக் குழுவில் இடம்பெற்றார்கள்.

பெல்லுடைய தந்தை, கனடா நாட்டுக்கான காப்புரிமையின் 75% உரிமையைப் பெற்றிருந்தார். அதை நேஷனல் பெல் டெலிபோன் கம்பெனிக்கு விற்று, ஒரு லட்சம் டாலர்களைப் பெற்றார்.

வில்லியம் ஃபோர்ப்ஸுக்கும் பெல்லுக்கும் நிறையக் கருத்து வேறுபாடுகள் தோன்றின.

பெல் அந்த நிறுவனத்தின் பணியிலிருந்து விலக நினைத்தார். ஆனால் மேபெல் மறுத்தார். அவர் செய்யவேண்டியது நிறைய பாக்கி உள்ளது என்று மேபெல் அறிவுறுத்தினார்.

பெல் அதை ஏற்றுக்கொண்டார். ஒரே சமயத்தில் பேசுவதற்கும் கேட்பதற்கும் ஆன ஏற்பாடு, மொத்த இணைப்பிலிருந்து ஒரு தொலை பேசியை மட்டும் நீக்கும் கருவி, புதிய ட்ரான்ஸ்மிட்டர், மின்தூண்டல் விளைவைச் சமனப்படுத்தும் முறுக்கிய கம்பித் தொடர்பு எனப் பல ஆராய்ச்சிகளில் ஈடுபட்டார்.

ஆனால் அவருக்கு மேலும் மேலும் அவமானமே பரிசாகக் கிடைத்தது. இனியும் பொறுக்க முடியாது என்ற நிலையில், மேபெல்லின் சம்மதத்துடன், பெல் தன்னுடைய பதவியை ராஜினாமா செய்தார்.

★

தொலைபேசி தொடர்பான ஆராய்ச்சிகளிலிருந்து ஓய்வுபெற்றாலும் அந்தத் துறையில் மேலும் என்னவெல்லாம் நடக்கும் என்பது பற்றிக் கனவு காண்பதை அவர் நிறுத்தவில்லை. 'வெகு விரைவில் சந்தாதாரரே தன்னுடைய தொலைபேசியில் சில பட்டன்களை அழுத்தி, வேண்டிய இணைப்பைப் பெற முடியும். ஆனால் அப்படிச் செய்யும் ஆய்வை நான் பிறருக்கு விட்டுவிடுகிறேன்' என்றார்.

பெல்லின் கனவு விரைவிலேயே நிறைவேறியது.

★

1891-ம் ஆண்டு. கான்சாஸ் நகரில் ஆல்மன் பி ஸ்ட்ரௌஜர் என்பவர் சவ அடக்கம் செய்யும் தொழிலைச் செய்துவந்தார். அந்நகரில் யாராவது இறந்துபோனால் அவருக்குத் தொலைபேசி மூலம் தெரிவிப் பார்கள். உடனே அவர் சவ அடக்கத்துக்கு ஏற்பாடு செய்வார். நல்ல வருமானம். திடீரென்று அவருக்கு வரும் அழைப்புகள் குறைந்தன.

அந்த நகரில் சாவுகள் குறைந்துவிட்டதோ என்ற சந்தேகம் அவருக்கு வந்தது. விசாரித்தார். தொலைபேசி ஆபரேட்டர்கள் அவருக்கு வரும் தொலைபேசி இணைப்புகளை அவருடைய போட்டியாளருக்கு மாற்றிக்கொடுப்பது தெரிந்தது.

அவருக்கு வந்த வெறியில் தொலைபேசி ஆபரேட்டர்களே தேவை யில்லாதபடி செய்துவிடுகிறேன் என்று கத்தினார். தன்னுடைய பணம் முழுவதையும் தானியங்கித் தொலைபேசியைக் கண்டுபிடிப்பதில் செலவிட்டார். அதில் வெற்றியும் கண்டார். அந்த முறைக்கு 'ஸ்ட்ரௌஜர் எக்ஸ்சேஞ்' (Strowger Exchange) என்று பெயர். 1960 வரை இந்த முறைதான் பயன்பட்டுவந்தது.

அமெரிக்கன் பெல் நிறுவனம் இதை ஸ்ட்ரௌஜரிடம் இருந்து வாங்கி மேலும் விரிவுபடுத்தியது. இந்த முறையில் தானியங்கித் தொலைபேசி நிலையங்கள் உலகம் முழுதும் நிறுவப்பட்டன.

தற்போதுள்ள எலெக்ட்ரானிக் முறைப்படி இயங்கும் இணைப்பகத்தில் சிறிய இடத்துக்குள்ளாக பல்லாயிரக்கணக்கான இணைப்புகளைக் கொடுக்க முடியும்.

★

பெல் விலகியபின், வில்லியம் ஃபோர்ப்ஸுக்கும் தியோடோர் வைலுக்கும் இடையே நிறைய மனக்கசப்புகள் ஏற்பட்டன. இதனால் வைல் மனவருத்தத்துடன் பெல் நிறுவனத்தைவிட்டு வெளியேறினார்.

சில ஆண்டுகளுக்குப்பிறகு பெல் நிறுவனம் ஏடி&டி என்று பெயர் மாற்றம் அடைந்தது. மோசமான நிர்வாகிகளால் ஒரு காலகட்டத்தில் கவிழ்ந்துவிடும் நிலைக்குத் தள்ளப்பட்டது. எங்கோ கிராமத்தில் விவசாயம் செய்துகொண்டிருந்த தியோடார் வைலை மீண்டும் அழைத்துவந்து தலைவராக்கினார்கள். இரண்டாவது முறையாக, நொடியப்போகும் நிலையில் இருந்த அந்த நிறுவனத்தை வலுவான நிறுவனமாக மாற்றிக் காட்டினார் வைல்.

★

பெல் தொலைபேசி நிறுவனத்திடமிருந்தும் தொலைபேசி ஆராய்ச்சியி லிருந்தும் ஒதுங்கியிருந்தாலும் உலகம் அவரை அப்படி இருக்கவிட வில்லை. தொலைபேசி கண்டுபிடிப்புக்காக அவருக்கு வந்து குவிந்த பட்டங்கள் அநேகம். பரிசுகள் அதிகம். ஆங்காங்கே சொற்பொழிவு களுக்கு அழைக்கப்பட்டார்.

ஆனால் பெல், தொலைபேசியைத் தவிரவும் சாதித்தது ஏராளம்.

12. புதிய பாதை

15 பிப்ரவரி 1880 அன்று மேபெல்லுக்கு ஒரு பெண் குழந்தை பிறந்தது. அந்தக் குழந்தைக்கு மரியன் என்று பெயர் சூட்டினார்கள். ஆனால் டெய்சி என்று அழைத்தனர்.

அடுத்து அவர்களுக்குப் பிறந்த ஆண்குழந்தை குறைப்பிரசவத்திலேயே பிறந்தது. பிறந்த உடனே மூச்சுத் திணறி உயிர்விட்டது.

மற்றொரு ஆண் குழந்தை 17 நவம்பர் 1883 அன்று பிறந்தது. அதுவும் குறைமாதத்திலேயே பிறந்து, மூன்று மணி நேரங்கள் மட்டும் உயிரோடு இருந்துவிட்டு இறந்தது.

அதற்குப் பிறகு அவர்களுக்கு வேறு எந்தக் குழந்தையும் பிறக்கவில்லை.

அவர்களது மூத்த பெண் எல்சிக்கு காக்காய்வலிப்பு நோய் கண்டது. அந்தச் சமயத்தில் மிகப் பிரபலமாயிருந்த நரம்பியல் நிபுணர் ஒருவரிடம் சிகிச்சை பெற்றதில் பூரண குணம் ஏற்பட்டது.

★

ஹெலன் கெல்லர், உலகப் பிரசித்தி பெற்ற காது கேட்காத, வாய் பேசாத, கண் பார்வையற்ற எழுத்தாளர். ஹெலன் ஓர் எழுத்தாளராக முடிந்தது என்றால் அதன் பின்னணியில் பெல்லுக்குக் கொஞ்சம் பங்கு இருந்தது.

பெல் வாஷிங்டனில் இருந்த சமயம், 1887-ம் ஆண்டு, கேப்டன் ஆர்தர் எச் கெல்லர், தன்னுடைய ஆறு வயது மகள் ஹெலனை அழைத்து கொண்டு பெல்லைப் பார்க்க வந்தார். காது கேட்காது, பேச முடியாது, பார்வை கிடையாது. ஆனாலும், அந்தப் பெண் தன்னுடைய குறைபாடுகளையும்மீறி மகிழ்ச்சியாக இருந்தாள்.

பெல் அவளை மடியில் தூக்கி வைத்துக்கொண்டார். அவளுக்குப் பத்தொன்பதாவது மாதத்திலேயே கண்பார்வை போய்விட்டது. காதும் கேட்கவில்லை. அவள் முதுகை மிக ஆதுரத்துடன் தடவிக்கொடுத்தார் பெல்.

பெல், ஹெலனை கண்பார்வையற்றோருக்கான பெர்கின்ஸ் இன்ஸ்டிட் யூட்டுக்கு அனுப்பி வைத்தார். அந்த நிறுவனத்தின் தலைவருக்கு ஒரு கடிதம் அனுப்பினார். அந்த நிறுவனத் தலைவர் உடனே ஆனி சல்லைவன் என்பவரை ஆசிரியராக நியமித்து ஹெலனுக்குக் கற்றுக் கொடுக்க வைத்தார்.

ஓராண்டுக்குள் ஹெலனிடம் மிக அருமையான முன்னேற்றம். ஆர்தர் கெல்லர் பெல்லுக்குத் தன் மகளின் முன்னேற்றத்தைப் பற்றிக் கடிதம் எழுதினார்.

ஹெலன் அடிக்கடி பெல்லுக்குக் கடிதம் எழுதினார். 1888-ம் வருடம் ஹெலனின் முன்னேற்றம் பற்றி நியூ யார்க் பத்திரிகை ஒன்றில் புகைப் படத்துடன் செய்தி வெளியிட்டார் பெல்.

1891-ம் ஆண்டு காது கேளாதோருக்குக் கல்வி கற்பிக்கும் அமைப்பின் ஆண்டுவிழா மாநாட்டில் சமர்ப்பிக்க, பெல், 'ஹெலன் கெல்லர் மலர்' ஒன்றைத் தயாரித்தார். அந்த மாநாட்டில் சல்லைவன் சொன்ன வாசகம்: 'பறக்க வேண்டும் எனத் துடிப்பு இருக்கும்போது ஊர்ந்து செல்ல ஆசைப்படக்கூடாது.'

ஹெலன், உயர்நிலைப் படிப்பை முடித்ததும் ராட்க்லிஃப் கல்லூரியில் சேர்ந்தார்.

பலர் கூடி ஹெலனுக்காக ஓர் அறக்கட்டளையை அமைத்தார்கள். அதற்கு பெல் 1000 டாலர் கொடுத்தார்.

ஹெலன் தன்னுடைய சுயசரிதமான 'The story of my life' என்ற புத்தகத்தை பெல்லுக்குச் சமர்ப்பணம் செய்தார். அதில் 'காதுகேளா தோரைப் பேசவைத்தார். கேட்பவர்களுக்கு எப்படிப் பேசவேண்டும் என்று சொல்லிக்கொடுத்தார். அந்த அலெக்சாண்டர் கிரஹாம் பெல்லுக்கு இந்த நூல் சமர்ப்பணம்' என்று எழுதினார்.

ஹெலன் உழைக்கும் தொழிலாளர்களுக்காக, பெண்களின் முன்னேற்றத் துக்காகப் பாடுபட்டார். நிறைய எழுதினார். பிரெய்ல் முறையில் ஆங்கிலத்தைப் படித்தோடு நில்லாமல், தொடர்ந்து பிரெஞ்ச், ஜெர்மன், லத்தீன், கிரேக்கம் போன்ற மொழிகளையும் பயின்றார். நிறைய புத்தகங்களை எழுதினார்.

★

2 ஜுலை 1881-ம் ஆண்டு அமெரிக்க ஜனாதிபதி ஜேம்ஸ் ஏ கார்ஃபீல்ட், வாஷிங்டன் ரயில் ரோட் ஸ்டேஷனில் நடந்துகொண்டிருந்தபோது, துப்பாக்கியால் சுடப்பட்டார். குண்டு உடலில் ஆழமாகப் பாய்ந்திருந்தது. அந்தக் குண்டு இருக்கும் இடத்தைக் கண்டுபிடித்து விட்டால் அறுவை சிகிச்சை செய்து அவரைப் பிழைக்க வைத்து விடலாம் என்று மருத்துவர்கள் சொன்னார்கள். அந்தக் காலத்தில் எக்ஸ்-ரே இன்னமும் கண்டுபிடிக்கப்பட்டிருக்கவில்லை.

எவ்வளவு முயன்றும் குண்டு எங்கே இருக்கிறது என்று கண்டுபிடிக்க முடியவில்லை. ஜனாதிபதி மாளிகைக்குக் கடிதங்கள் வந்து குவிந்தன. வாஷிங்டனைச் சேர்ந்த நியூகோம்ப் என்பவர் மின்காந்தத்தையும் சுழலும் காந்த ஊசியையும் பயன்படுத்திக் குண்டு இருக்கும் இடத்தைக் கண்டுபிடித்துவிடலாம். ஆனால் அந்தக் கருவியைச் செய்ய நீண்ட நாள்கள் ஆகும் என்றார்.

அந்தச் செய்தியைப் பத்திரிகையில் படித்த பெல் அத்தகைய கருவியைச் செய்ய அவருக்குத் தாம் உதவ முடியும் என்று தந்தி கொடுத்தார். நியூகோம்பின் வேண்டுகோளின் பேரில் வாஷிங்டன் வந்தார் பெல். வரும்போதே ஒரு கருவியைக் கையோடு எடுத்து வந்திருந்தார்.

இதற்கிடையில் ஜனாதிபதியின் உடல்நிலை மோசமானது. பெல் இரவு பகலாக உழைத்து தம்முடைய கருவியைச் செம்மைப்படுத்தினார். நாக்குக்குக் கீழே உலோகத்துண்டை மறைத்து வைத்துச் சோதனை செய்து பார்த்தார். அந்தக் கருவி உலோகம் இருக்கும் இடத்துக்குப் பக்கம் வந்ததும் ஒலி எழுப்பியது. பிறகு ஓர் உலோகத்துண்டை கை இடுக்கிலும் தொடை இடுக்கிலும் வைத்துச் சோதனை செய்து சரியாகக் கண்டுபிடித்தார். அதன் பிறகு ஓர் இறைச்சிக்கடைக்குச் சென்று அங்கே இறைச்சிக்குள் குண்டை வைத்துச் சோதித்துப் பார்த்தார்.

அதுவும் போதாதென்று வாஷிங்டனிலிருந்த முன்னாள் போர் வீரர்களின் இல்லத்துக்குச் சென்றார். அங்கே உடலுக்குள் குண்டு பாய்ந்த நிலையில் உயிர் வாழ்ந்து கொண்டிருப்போர் பலர் இருந்தார்கள். அங்குள்ள அனைவரையும் வரிசையாக உட்காரவைத்து, அந்தக்

கருவியை ஒவ்வொருவர் உடலிலும் வைத்துச் சோதித்தார். யார் யார் உடலில் குண்டுகள் இருந்தனவோ அவர்களிடம் மட்டும் ஒலி எழுப்பியது அந்தக் கருவி. அந்தச் சோதனையை ஜனாதிபதியின் தனி மருத்துவர்களும் பார்த்தார்கள்.

மிகுந்த எதிர்பார்ப்போடு 23 ஜூலை, பெல் அந்தக் கருவியை எடுத்துக் கொண்டு ஜனாதிபதி மாளிகைக்குச் சென்றார். பெல், கருவிகளைத் தயார் செய்து முடித்ததும் தூங்கிக்கொண்டிருந்த ஜனாதிபதி கண் விழித்தார். ஆனால் அன்று அந்தக் கருவி சரியாக ஒலி எழுப்பவில்லை.

இருந்தும் கருவியைச் சீர்செய்து, மறுபடியும் ஆகஸ்ட் 1-ம் தேதி சோதித்துப் பார்த்தார்கள். அப்பொழுது அவரின் உடலில் எல்லா பாகங்களிலும் ஒலி கேட்டது. மறுநாள் ஜனாதிபதியின் மருத்துவரைக் கேட்டபோது ஜனாதிபதி படுத்திருந்த கட்டில் இரும்புக்கட்டில் என்ற உண்மை தெரிந்தது.

மீண்டும் அதே மாதிரி கட்டிலில் வேறொருவரைப் படுக்கவைத்து, சோதனை செய்து பார்த்தார். தன்னுடைய கருவியை அதற்கேற்பச் சீர் செய்து இரும்புக் கட்டிலால் ஒலி கேட்காதவண்ணம் மாற்றியமைத்தார்.

இதற்கிடையில் 15 ஆகஸ்ட் அன்று மேபெல்லுக்கு ஆண்குழந்தை பிறந்து இறந்துவிட்டது. அதனால் அவருடைய ஆய்வு சிறிது தடைப் பட்டது. மீண்டும் சரிசெய்து வெற்றிகரமாக எல்லா வழிகளிலும் சோதனை செய்து தவறே வருவதற்குச் சாத்தியமில்லை என்னும் அளவுக்கு உறுதியாக இருந்தார். ஆனால் துரதிருஷ்டவசமாக அன்று மாலையே ஜனாதிபதி கார்ஃபீல்ட் மரணமடைந்தார்.

பெல்லின் கருவி ஐந்து அங்குல ஆழத்துக்குள் குண்டு இருந்தால் அதைக் கண்டுபிடித்திருக்கும். ஆனால் பிரேதப் பரிசோதனையின்போது அந்தக் குண்டு பெல்லின் கருவியால் கண்டுபிடிக்கமுடியாத ஆழத்தில் இருந்ததாகக் தெரியவந்தது.

ஜனாதிபதியின் உடலில் பாய்ந்த குண்டைக் கண்டுபிடிக்க அந்தக் கருவி பயன்படவில்லையே தவிர எக்ஸ்-ரே கண்டுபிடிக்கப்படும்வரை அவருடைய கருவிதான் மறைந்திருக்கும் குண்டுகளையும் உலோகப் பொருள்களையும் கண்டுபிடிக்கப் பயன்பட்டது. எத்தனையோ போர் வீரர்களைச் சாவிலிருந்து காப்பாற்றியது. சீன-ஜப்பான் யுத்தம்(1894 - 1895), போயர் யுத்தம் (1899 - 1902) ஆகியவற்றில் அந்தக் கருவி வெகுவாகப் பயன்படுத்தப்பட்டது. முதல் உலகப் போரில்கூட எக்ஸ்-ரே வசதி இல்லாத இடங்களில் அந்தக் கருவியைத்தான் உபயோகித்தார்கள்.

ஹைடல்பெர்க் பல்கலைக் கழகம் பெல்லுக்கு அந்தக் கண்டு பிடிப்புக்காக கௌரவ MD பட்டத்தைக் கொடுத்தது.

★

1877-ம் ஆண்டு இங்கிலாந்து சென்றிருந்தபோது பெல், செலினியம் பற்றிக் கேள்விப்பட்டார். அதன் மேல் ஒளிபட்டால் அதன் தன்மை மாறுகிறது என்று செய்திகள் வெளியாகியிருந்தன. உடனே அவர் மனம் தொலைபேசிக்குத் தாவியது.

தொலைபேசிக் கருவிக்கு இடையே செலினியத்தைப் புகுத்தி ஒளியைப் பாய்ச்சினால் அதன் தடை மாறுபடுவதால் மின்சார அளவும் மாறுபடும். அதைப் பயன்படுத்தி மனிதக்குரலை அனுப்பமுடியும் என நினைத்தார். அங்கிருந்து வரும்போது நிறையச் செலினியம் வாங்கி வந்தார். ஆனால் வழக்குகள் பலவற்றை அவர் சந்திக்க வேண்டியிருந்த தால் செலினியம் ஆய்வு கிடப்பில் போடப்பட்டது. ஓரளவு விடுபட்ட பொழுது மீண்டும் அந்த ஆய்வில் இறங்கினார்.

வாட்சன், சார்லஸ் டெய்ன்டர் ஆகியோரை உதவியாளர்களாகக் கொண்டு ஆராய்ச்சியைத் தொடர்ந்தார். 1879-க்குப் பிறகு டெய்ன்டர், பெல் இருவரும் மட்டும் ஆராய்ச்சியைத் தொடர்ந்தார்கள். ஒளிக்கற்றை வழியாக ஒலியை அனுப்பும் கருவி அது. அதற்கு ஃபோடோஃபோன் என்று பெயர் கொடுத்தார்.

அவருக்கு இரண்டாவது பெண்குழந்தை பிறந்த அதே சமயம் அவருடைய ஃபோடோஃபோன் வெற்றிகரமாகச் செயல்பட்டது. 'ஒரே சமயத்தில் இரண்டு குழந்தைகள். இரண்டு குழந்தைகளும் நல்ல ஆரேக்கியமாக இருக்கின்றன. ஒன்று மரியன். மற்றொன்று ஃபோடோஃபோன்' என்று தந்தைக்கு எழுதிய கடிதத்தில் குறிப்பிட்டார்.

பத்திரிகைகள் வழக்கம்போல் கேலி செய்தன.

தடையின்றி ஒளியை அனுப்பும் ஊடகம் இல்லாததால் பெல் எதிர்பார்த்த அளவு ஃபோடோஃபோன் வெற்றியடையவில்லை. ஆனால் பின்னாளில் ஆப்டிக்கல் ஃபைபர் கேபிள் கண்டுபிடிக்கப்பட்ட பிறகு ஒளியின் மூலம்தான் ஒலி மட்டுமல்ல, அனைத்துத் தகவல்களும் அனுப்பப்படுகின்றன.

பின்னாளில் இதைப் பயன்படுத்திப் பல கருவிகள் செய்யப்படலாம் என்ற பெல்லின் கணிப்பு சரியானது. லேசர் அதன் வழி வந்ததுதான். ஒளியை உள்ளே அனுப்பி உடலுக்குள் உள்ள உறுப்புகளைக் காணும் கருவிகள் வந்துவிட்டன.

இன்று பல்லாயிரக்கணக்கான செய்திகளை ஒரே நேரத்தில் ஓர் ஆப்டிக்கல் கேபிளில் அனுப்பமுடிகிறது என்றால், அதற்கு அன்று அடித்தளம் போட்ட பெல்லுக்கு நாம் தலைவணங்க வேண்டும். ஆனால் அவருக்கு அதனால் எந்த ஆதாயமும் கிடைக்கவில்லை.

★

முதலாம் நெப்போலியன் இத்தாலிய விஞ்ஞானி அலெக்ஸாண்ட்ரோ வோல்டா என்பவரின் நினைவாக, சிறந்த விஞ்ஞானக் கண்டுபிடிப்பு களுக்காக வோல்ட்டா பரிசு என்ற ஒன்றை ஏற்படுத்தியிருந்தார். அந்தக் காலத்தில் அது மிகவும் பெரிய பரிசு. வெகு சிலருக்கே கொடுக்கப் பட்டது. அந்தப் பரிசு தொலைபேசியைக் கண்டுபிடித்ததற்காக அலெக்சாண்டர் கிரஹாம் பெல்லுக்குக் கொடுக்கப்பட்டது. அதன் மதிப்பு 50,000 ஃப்ராங்க். கிட்டத்தட்ட 10,000 டாலர்.

தனக்குக் கிடைத்த பரிசில் ஒரு பகுதியை, கையில் காசில்லாததால் ஆராய்ச்சி செய்ய முடியாமல் திண்டாடிக்கொண்டிருந்த மைக்கேல்சன் என்ற இளம் விஞ்ஞானிக்குக் கொடுத்தார். 'என்னுடைய ஆராய்ச்சியில் நான் தோல்வி அடைய வாய்ப்பு இருக்கிறது' என்றார் மைக்கேல்சன். பெல் அதைப்பற்றிக் கவலைப்படவில்லை. 'வெற்றிபெறுவாய்' என ஊக்குவித்தார்.

அந்த விஞ்ஞானிதான் பின்னாளில் ஒளியின் வேகம் அதன் ஊற்றுவாய் நகர்வதால் மாறுவதில்லை என்பதைக் கண்டுபிடித்தவர். மைக்கேல்சன்-மார்லி பரிசோதனை என்ற ஒளியின் வேகத்தைக் கண்டறியும் பரிசோதனை மிகவும் பிரபலமானது. இந்தக் கண்டுபிடிப்பின் பின்னணியில்தான் ஆல்பர்ட் ஜன்ஸ்டைன் தன்னுடைய ரிலேடிவிடி கொள்கையை வெளியிட்டார். மைக்கேல்சன் தன்னுடைய பரிசோதனைக்காக 1907-ம் ஆண்டு இயல்பியலுக்கான நோபல் பரிசைப் பெற்றார். அப்படி நோபல் பரிசு பெற்ற முதல் அமெரிக்கர் அவர்தான்.

பெல், மீதிப்பணத்தையும் தனக்கென்று வைத்துக்கொள்ளாமல் வாஷிங்டனில் வோல்டா ஆய்வுச்சாலை என்ற பெயரில் ஓர் ஆய்வுச் சாலையை நிறுவினார்.

அடுத்து எடிசன் கண்டுபிடித்து மேற்கொண்டு தொடராமல் அப்படியே விட்டுவிட்ட போனோகிராபை மேம்படுத்தும் ஆய்வில் இறங்கினார். வோல்டா பரிசுப் பணத்தில் பெரும் பகுதியை அதற்காக முடக்கினார். அந்தச் சோதனைச் சாலையில் போனோகிராப் ஆய்வுக்காக டைன்டர் என்பவரையும் அவருடைய உறவினர் செஸ்டர் பெல் என்பவரையும் நியமித்தார். அந்த இருவரோடு பெல்லையும் சேர்த்து வோல்டா மூவர்(வோல்டா ட்ரையோ) என அழைத்தார்கள்.

வோல்டா மூவர் பெருமுயற்சி செய்து ஒரு டேப்பில் மின்காந்தத்தின் மூலம் பதிவு செய்யும் முறையைக் கண்டுபிடித்தார்கள். அதுதான் பின்னாளில் டேப் ரெகார்டராக ஆனது.

வட்டத் தட்டில் பதிவு செய்யும் முறையையும் பதிவு செய்ததை மீண்டும் கேட்கும் கருவியையையும் கண்டுபிடித்தார்கள். ஒலியைப் பதிவு செய்யும் கருவியை போனோக்ராப் என்றும், பதிவு செய்ததை மீண்டும் ஒலிக்கும் கருவியை கிராமபோன் என்றும் பதிவு செய்த வட்டத் தட்டை போனோக்ராம் என்றும் அழைத்தார்கள்.

இந்தக் கண்டுபிடிப்புகளால் அவர்கள் மூவருக்கும் நல்ல பணம் கிடைத்தது. பெல்லுக்கு இரண்டு லட்சம் டாலர் கிடைத்தது. அதில் ஒரு லட்சம் டாலரைத் தன் தந்தையிடம் கொடுத்து, காது கேளாதவர்களுக்கு உதவுவதற்காக ஓர் அறக்கட்டளை அமைக்கச் சொன்னார். மீதி ஒரு லட்சம் டாலரையும் கையில் வைத்திருந்து, அது கணிசமாக வளர்ந்தவுடன் அதில் பெரும்பகுதியை மீண்டும் அந்த அறக்கட்டளைக்கே கொடுத்தார்.

அந்த அறக்கட்டளை வாயிலாக காதுகேளாதோர் பலர் பயன் பெற்றார்கள். அவர்கள் நலனுக்காகப் பல புதிய ஆராய்ச்சிகள் செய்யப் பட்டன.

13. காதுகேளாதோர் தொண்டு

தன்னுடைய கண்டுபிடிப்புகளால் பணம் நிறைய வந்ததும் பெல், காதுகேளாதோர் பணிக்காகத் தன்னை அர்ப்பணித்துக்கொள்ள விரும்பினார். தன் தாய்க்கு உதட்டு அசைவை வைத்துப் புரிந்துகொள்ளும் கலையைக் கற்றுக்கொடுக்க முடியவில்லையே என்ற வருத்தம் அவருக்குள் இருந்தது.

மேபெல்லின் மனநிலை வேறுவிதமாக இருந்தது. காது கேளாதோர் கூட்டத்துக்கு அவர் போகமாட்டார். காதுகேளாதோருக்கு உதவிசெய் தாலும் தானாக நேரடியாகச் செய்யாமல், பிறர்மூலமாகத்தான் கொடுப்பார். காது கேளாதோருடன் இருக்கும்போது, தானும் காது கேளாதவள் என்ற உணர்வு வந்துவிடுவதுதான் அதற்குக் காரணம்.

பெல், காது கேளாத குழந்தைகளுக்குத் தொடக்க நிலையில் மட்டும் தான் சிறப்புப் பயிற்சி கொடுக்கவேண்டும், அவர்களுக்குப் பேச்சு வந்தவுடன் காது கேட்கும் பிறருடன் சேர்ந்து ஒன்றாகப் பயில வைக்க வேண்டும் என்று நினைத்தார். அப்பொழுதுதான் காது கேளாதோர் தங்களையும் சமூகத்தின் ஓர் அங்கமாக நினைப்பார்கள். இல்லா விட்டால் தனித்து விடப்பட்ட ஒரு குழு என்றே மனம் புழுங்குவார்கள் என்பது அவருடைய கருத்து.

ஆனால் பெல்லின் கொள்கைக்கு மாற்றுக் கொள்கையை வேறொருவர் கொண்டிருந்தார். காது கேளாதோர், சைகை மொழியிலேயே பயில வேண்டும் என்ற எண்ணம் உடையவர் அவர். அவரும் மிகுந்த சேவை மனப்பான்மை உடையவர்தான். அவருடைய பெயர் எட்வர்ட் எம்

கல்லெளடர். அவருடைய தாயும் காதுகேளாதவர். பெல்லின் தந்தையைப் போலவே அவருடைய தந்தையும் பேச்சுக்கலையில் ஆர்வம் உடையவர்.

கல்லெளடர், காது கேளாதவர்களுக்காகப் பள்ளியையும் கல்லூரியையும் நிறுவினார். கிரஹாம் பெல் மீது மிகுந்த மதிப்பு கொண்டிருந்தார். ஆனால் இருவர் வழிகளும் வேறு. இருவரும் ஒருவருக்கொருவர் ஆரோக்கியமாக மோதிக் கொண்டார்கள்.

கல்லெளடர் தன்னுடைய கல்லூரியில் காதுகேளாத ஆசிரியரைக் கொண்டு காதுகேளாதோருக்குக் கற்றுக்கொடுப்பதை பெல் எதிர்த்தார். காது கேளாதோர் முழுமையாகப் பேசவேண்டும். அரைகுறையாகப் பேசுபவர் எப்படிக் கற்றுக்கொடுக்கமுடியும் என்பது பெல்லின் வாதம்.

இருவருக்கும் இடையே கருத்துமோதல் இருந்தாலும், இருவரும் ஒருவரை ஒருவர் மதித்தார்கள். அலெக்சாண்டர் கிரஹாம் பெல்லுக்குப் பல பல்கலைக் கழகங்கள் கௌரவ டாக்டர் பட்டம் கொடுத்தன. ஆனால் முதன்முதலில் அவருக்கு டாக்டர் பட்டத்தைத் தன்னுடைய கல்லூரி மூலம் கொடுத்தவர் கல்லெளடர்.

இங்கிலாந்திலுள்ள ராயல் கமிஷன் பெல்லையும் கல்லெளடரையும் அழைத்து அவர்களுடைய கருத்துகளைக் கேட்டது. மூன்று நாள்கள் தொடர்ந்து தன்னுடைய வாக்குமூலத்தை பெல் அளித்தார். தன்னுடைய பேச்சு முழுவதையும் தொகுத்து, புத்தகமாக வெளியிட்டார். தன் கருத்தை மட்டும் சொல்வது நியாயத்துக்குப் புறம்பானது என்று கருதி, கல்லெளடருக்கு எழுதி அவருடைய கருத்துகளையும் வெளியிட அனுமதி கேட்டார். அவர் அனுமதி கொடுத்ததன்பேரில் அந்தப் புத்தகத்தில் இருவருடைய கருத்துகளும் சேர்ந்து வெளியாயின.

கல்லடெளர், அமெரிக்க அரசின் உதவியோடு கல்லூரி தொடங்கு வதற்காக விண்ணப்பித்தார். அது காங்கிரஸில் (நாடாளுமன்றத்தில்) விசாரணைக்கு வந்தது. கல்லெளடர் முறையை மட்டும் கற்றுக் கொடுப்பது காது கேளாதோருக்குச் செய்யும் அநீதி என்று சொல்லி பெல் அதை எதிர்த்தார். இதனால் கல்லெளடரின் வேண்டுகோள் நிராகரிக்கப்பட்டது. ஆனால் பெல், நன்றாகப் பேச இயலும் ஆசிரியர்களை அந்தக் கல்லூரியில் நியமிப்பதற்காக அதிகப் பணம் ஒதுக்கும்படி வேண்டிக்கொண்டார். அது அனுமதிக்கப்பட்டது.

பெல் வாஷிங்டனில் காதுகேளாதோருக்காக ஒரு பள்ளியைத் தொடங்கினார். பெல், தானே அவர்களுக்குப் பாடம் எடுத்தார். தனக்கு உதவியாக ஒரு ஆசிரியரை நியமித்தார். ஆனால் அடிக்கடி தொலைபேசி தொடர்பான வழக்குகளுக்குப் போகவேண்டி இருந்தால், அவரால்

அந்தப் பள்ளியைச் சரியானபடி பராமரிக்க முடியவில்லை. அடிக்கடி ஆசிரியர்கள் மாறிப்போனதால் அந்தப் பள்ளியைத் தொடர்ந்து நடத்தவும் முடியவில்லை. அந்தப் பள்ளியை மூடியபிறகு பெல் பல நாட்களுக்குச் சரியாகத் தூங்கவில்லை. 'எனக்கு அது பேரிடி. எல்லாத் தோல்விகளையும்விட இதுவே பெரிய தோல்வி' என்றார்.

பிறகு, காது கேளாதோருக்கு உதவுவதற்காக ஒரு சேவை நிறுவனத்தைத் தொடங்கினார். காதுகேளாதோருக்கு மாலையிலும் இரவிலும் மட்டும் வகுப்புகள் நடத்தப்படுவதைக் கண்டித்து பகலில்தான் வகுப்பு நடத்த வேண்டும் என்று போராட்டம் நடத்தினார். அவருக்கு உதவியாக ஸ்பென்ஸர் என்ற காங்கிரஸ் உறுப்பினர் தனது தொகுதியான விஸ்கான்ஸின் மாநிலத்தில் அரசின் உதவியோடு காது கேளாதோர் பகல் பள்ளிகளை நிறுவினார். அது பரவி அமெரிக்காவின் பல இடங்களிலும் காது கேளாதோருக்குப் பகல் பள்ளிகள் தொடங்கப்பட்டன.

சிகாகோவில் ஒரு பள்ளி தொடங்கப்பட்டது. அது பெரிதாகி பல மாணவர்களுக்குக் கற்றுக்கொடுத்தது.அந்தப் பள்ளிக்கு 'அலெக்சாண்டர் கிரஹாம் பெல் பள்ளி' என்று பெயர் கொடுத்தார்கள். தனக்குக் கொடுக்கப்பட்ட கௌரவங்களில் மிகப்பெரிய கௌரவமாக அதை நினைத்தார் பெல்.

அவர் தொடங்கிய அமெரிக்கன் அசோஷியேஷன் ஃபார் தி ப்ரமோஷன் ஆஃப் டீச்சிங் டு தி டெஃப் (AAPTSD) என்ற நிறுவனத்துக்கு 25,000 டாலர் நன்கொடை கொடுத்தார்.

சில கவனக்குறைவாக உள்ள குழந்தைகளையும் காது கேளாத குழந்தை களாக சில பள்ளிகள் ஒதுக்கின. அதேசமயம் காது கேளாத குழந்தை களைக் கவனக்குறைவான குழந்தைகள் என்று மருத்துவம் பார்க்கச் சொன்னார்கள். சில குழந்தைகளுக்கு கொஞ்சம் காது கேட்கும்.

எந்தக் குழந்தைக்கு எதுமாதிரியான பிரச்னை என்று எப்படிக் கண்டுபிடிப்பது?

பெல், அதற்காக ஆடியோமீட்டர் என்ற கருவியைக் கண்டுபிடித்தார். அதன்மூலம் முழுவதும் காதுகேட்காதவர்கள் யார், யாருக்கு எந்த அளவுக்குக் காது கேட்கும் என்று கண்டுபிடிக்க முடியும். அந்தக் கருவி பாதி காது கேட்கும் மாணவர்களுக்குத் தனிக்கவனம் செலுத்தி விரைவில் அவர்களைப் பேச வைக்க உதவியது. காது நன்றாகக் கேட்டும் கவனக்குறைவாக இருந்தால் காது கேளாதவர் என்று ஒதுக்கிவைக்கப்பட்ட மாணவர்களைக் கண்டுபிடிக்க முடிந்தது.

★

காது கேட்காத குறை ஏன் வருகிறது என்ற ஆராய்ச்சியில் பெல் ஈடுபட்டிருந்தார். காதுகேளாதோர் இனம் என்று ஒன்று உருவாகக் கூடாது. அப்படி ஓர் இனம் உருவாகாமல் இருக்க என்ன செய்ய வேண்டும் என்பதுதான் அவருடைய ஆராய்ச்சியின் நோக்கம்.

காது கேளாதோருக்குப் பிறக்கும் வாரிசுகள் பற்றி ஆய்வு செய்வதற்காக எட்வர்ட் ஃபே என்பவரை பெல் நியமித்தார். அந்த ஆய்வுக்கான செலவுகள் அனைத்தையும் தானே ஏற்றுக்கொண்டார்.

'திருமணமானவர்களில் ஒருவர் மட்டும் செவிடராக இருந்தால் பிறக்கும் குழந்தை செவிடாகப் பிறப்பது மிக மிகக் குறைவு. ஆனால் கணவன், மனைவி இருவரும் செவிடராக இருந்தால் குழந்தைகள் செவிடராகப் பிறக்க வாய்ப்பு உண்டு. ஆனால் இருவரும் செவிடராக இருந்து, அவர்களுக்குச் செவிட்டு உறவினர் யாராவது இருந்தால் குழந்தை செவிடாகப் பிறக்கும் வாய்ப்பு மிக மிக அதிகம். உறவினர் யாரும் செவிடாக இல்லாமல் இரண்டு பிறவிச் செவிடர்கள் திருமணம் செய்துகொண்டால் அவர்களுக்குப் பிறக்கும் குழந்தை செவிடாகப் பிறக்கும் வாய்ப்பு 4% மட்டுமே.'

இதுதான் ஃபே வெளியிட்ட ஆய்வு முடிவுகள்.

பரம்பரை க் குறைபாடு பற்றிய புள்ளிவிவரங்களைச் சேகரித்துக் கொடுக்கும் அமைப்பில் பெல்லையும் உறுப்பினராக இருக்கும்படி மாசாசூஸெட்ஸ் ஹெல்த் போர்ட் கேட்டுக்கொண்டது.

எங்கெல்லாம் விவரங்கள் கிடைக்கக்கூடுமோ அங்கெல்லாம் பெல் கடிதம் எழுதினார். ஒரு விவரமும் கிடைக்கவில்லை. அப்பொழுது தான் காது கேளாதோர் பற்றிய விவரங்கள் எங்கும் சேகரித்து வைக்கப்படவில்லை என்பது தெரிந்தது. 1880-ம் ஆண்டு அமெரிக்க அரசு மக்கள்தொகைக் கணக்கு எடுக்கும் வேலையில் இறங்கியது. அதில் உடல் குறைபாடுடையவர்கள் பட்டியல் ஒன்று இருந்தது. பெல் அதிலிருந்து விவரங்களைச் சேகரித்தார்.

'மனித குலத்தில் காது கேளாதோர் இனம் உருவாவதைப் பற்றிய ஒரு தொகுப்பு' (Memoir upon the formation of a deaf variety of the human race) என்ற அறிக்கையை பெல் சமர்ப்பித்தார். 2,262 செவிட்டுமைகளை ஆராய்ந்ததில் 55 சதவிகிதம் பேருக்குக் காதுகேளாத உறவினர்கள் இருந்தார்கள். காதுகேளாதோர் தம்மைப் போலவே காதுகேளாதோரைத் திருமணம் செய்துகொள்வதையே விரும்புகிறார்கள் என்பதைத் தெரிந்து கொண்டார் பெல். அதைப்பற்றி மேலும் ஆய்வதற்காகத்தான் ஃபேயை நியமித்திருந்தார்.

அமெரிக்காவின் செ ன்ஸஸ் அலுவலகத்தில் ஆவணங்கள் கண்டபடி சிதறிக்கிடப்பதையும் உருப்படியான ஆய்வுக்கு அவை உதாவாதிருப் பதையும் சுட்டிக்காட்டி செ ன்ஸஸ் ஆவணங்களைப் பாதுகாத்து வைக்க வேண்டியதன் அவசியத்தை வலியுறுத்தி உள்நாட்டு மந்திரிக்குக் கடிதம் எழுதினார். பரம்பரை பற்றியும் குறைபாடுள்ளவர்களின் மூதாதையரின் வரலாற்றை அறிந்து கொள்ளவும் செ ன்ஸஸ் பதிவேடுகள் வரலாற்று ஆய்வாளர்களுக்கு மிக மிக உதவியாயிருக்கும் என்றார் பெல்.

அதனால் அமெரிக்க அரசு அவரை செ ன்ஸஸ் எடுப்பதற்கான ஆலோசனைகளை வழங்குமாறு கேட்டுக்கொண்டது. 43 வழிமுறை களை எழுதிக் கொடுத்தார். காதுகேளாதோருக்கு என்று தனியாக செ ன்ஸஸ் வேண்டும் என்றார். அவருடைய ஆலோசனையின்படி, எட்வர்ட் ஃபே, காது கேளாதோர் செ ன்ஸஸ-ுக்கான தனி அலுவலராக நியமிக்கப்பட்டார். 1900-ம் ஆண்டு பெல்லே அந்தப் பதவியை ஏற்றார்.

ஏகப்பட்ட வேலைப்பளு இருந்தும், தன்னுடைய மற்றப் பணிகளை ஒதுக்கிவைத்துவிட்டு எடுத்த பணியைச் சிறப்பாகச் செய்து முடித்தார். ஆவணங்களை முறைப்படி தொகுத்தார். அவர் ஆலோசனைப்படி மக்கள் தொகைக் கணக்கெடுப்பு ஆவணங்கள் ஆராய்ச்சியாளர்களுக்கு உதவுவதற்காகத் தொகுத்து வைக்கப்பட்டன.

14. அறிவியலுக்கும் கலைக்கும் ஆதரவு

பெல், தான் ஒரு விஞ்ஞானியாக மதிக்கப்படவேண்டும் என்று விரும்பினார். ஸ்மித்ஸோனியன் இன்ஸ்டிட்யூட்டில் இயற்பியல் பிரிவின் தலைவராக விரும்பினார். ஆனால் அதற்குப் பணம் ஒதுக்க அரசின் அனுமதி வேண்டும் என்றார்கள்.

ஹப்பர்ட் அதற்காக காங்கிரஸ் உறுப்பினர்களுடன் பேசி, தான் ஆதரவு திரட்டுவதாகச் சொன்னார். ஆனால் பெல் எந்த மறைமுக வழிக்கும் செல்ல விரும்பவில்லை. ஆனால் ஸ்மித்ஸோனியன் இன்ஸ்டிட்யூட் ரீஜன்ட் பதவி பின்னாளில் பெல்லைத் தானே தேடி வந்தது.

பெல் கண்டுபிடித்த பல விஞ்ஞானக் கொள்கைகள் ஏற்கெனவே முன்பு கண்டுபிடிக்கப்பட்டுவிட்டன. எனவே எப்படியாவது தன்னை உலகம் ஒரு விஞ்ஞானியாகக் கருதவேண்டும் என்று அவர் ஆசைப்பட்டார். அவர் விஞ்ஞானிதான் என்ற உண்மையை அவருக்கு ஊட்ட மேபெல் அரும்பாடுபட்டார்.

கொஞ்சம் கொஞ்சமாக அவருக்குரிய கௌரவம் பல்கலைக் கழகங்கள் மூலம் கிடைக்க ஆரம்பித்தது. பல பல்கலைக் கழகங்கள் அவருக்கு டாக்டர் ஆஃப் சயன்ஸ் பட்டம் கொடுத்தன. நேஷனல் அகாதெமி ஆஃப் சயன்ஸஸ் அவரை உறுப்பினராகச் சேர்த்துக்கொண்டது. அதன்பிறகு அவர் பல விஞ்ஞானக் கட்டுரைகளை எழுதி வெளியிட்டார்.

விஞ்ஞான ஆர்வம் இருந்தும் பணமில்லாமல் அல்லாடும் விஞ்ஞானி களுக்குப் பணமும் ஊக்கமும் கொடுத்து உதவினார். ஏற்கெனவே அவர் ஆல்பர்ட் மைக்கல்சனுக்கு உதவியதைப் பார்த்தோம்.

சார்லஸ் எஸ் பியர்ஸ் என்பவர் பெரிய விஞ்ஞானி, தத்துவவாதி. அவர் கடைசி காலத்தில் வறுமையில் வாடினார். அவருக்குத் தெரியாமல் அவருடைய நலனில் அக்கறை கொண்டவர்களுடன் இணைந்து பெல் ஓர் அமைப்பை ஏற்படுத்தினார். அதன்மூலம் பியர்ஸுக்கு வருடத்துக்கு 500 டாலர்கள் கிடைக்கும்படி ஏற்பாடுசெய்தார்.

மின்னியல் அறிஞர், விஞ்ஞானி ஜோஸப் ஹென்றி இறந்தபின்னர் அவருடைய குடும்பத்துக்கு உதவ நினைத்தார். பணமாகக் கொடுத்தால் வாங்கமாட்டார்கள். எனவே அவருடைய நூலகத்தை 5000 டாலர்கள் கொடுத்து வாங்கினார்.

ஸ்மித்ஸோனியன் ஆஸ்ட்ரோபிஸிகல் ஆப்சர்வேட்டரியைத் தொடங்க அரசின் உதவியை எதிர்பாராமல் பெல் 5000 டாலர்கள் கொடுத்தார். பிறகு அரசு உதவியது. இன்று அது மிகப்பெரிய கண்காட்சியாகத் திகழ்கிறது.

★

பெல், ஸ்மித்ஸோனியனில் ரீஜன்ட் ஆகப் பணியாற்றியபோது, சார்லஸ் ஃப்ரீயர் என்பவர் தன்னிடம் இருந்த கலைச்செல்வங்கள் அனைத்தையும் ஸ்மித்ஸோனியனுக்குக் கொடுக்க விரும்பினார். அதன் பராமரிப்புக்காக அரை மில்லியன் டாலர் கொடுப்பதாகவும் சொன்னார். ஃப்ரீயர் தன்னுடைய கலையார்வத்தால் ஜேம்ஸ் மக்னீல் விஸ்லெர் என்பவரின் ஓவியங்கள் அனைத்தையும் சேகரித்து வைத்திருந்தார். அவைதவிர பல பிரபல ஓவியங்களையும் லட்சக்கணக்கில் பணம் செலவுசெய்து வாங்கிவைத்திருந்தார்.

ஆனால் ஃப்ரீயர் கொடுத்த வாய்ப்பை ரீஜன்டுகளின் குழு அங்கீகரிக்க வேண்டும். ஏனோ அந்தக் குழுவில் இருந்த பெல்லைத் தவிர மற்ற அனைவருக்கும் தயக்கம் இருந்தது. பெல்லின் இரண்டாவது பெண் டெய்சி ஒரு பிரபல ஓவியரிடம் வரையக் கற்றுக்கொண்டதால் அவளுக்கு அந்த ஓவியங்களின் அருமை தெரிந்திருந்தது.

எனவே தந்தையுடன் வந்து அந்த ஓவியங்களைப் பார்வையிட்டு அவற்றின் மதிப்பை விளக்கினாள். என்றாலும் பிற ரீஜன்டுகள் ஏற்றுக்கொள்ளவில்லை.

இதை அறிந்த ஜனாதிபதி தியோடார் ரூஸ்வெல்ட், ஸ்மித்சோனியன் ரீஜன்டுகள் ஏற்கவில்லையென்றால், தான் வேறு ஏதாவது வழியில் அவற்றை ஏற்றுக்கொள்ளப்போவதாகச் சொன்னார்.

கடைசியாக பெல் பிற ரீஜன்டுகளை சம்மதிக்கவைத்தார். பெல் மறைந்த ஓராண்டுக்குப் பிறகு அக்கலைச் செல்வங்கள் (1923-ல்) ஒரு மில்லியன் டாலர் செலவு செய்து கட்டப்பட்ட கட்டடத்தில் வைக்கப் பட்டன. இன்று உலகில் உள்ள பெரிய ஓவியக்கண்காட்சிகளில்

ஒன்றாக அது திகழ்கிறது, ஃப்ரீயர் அதற்கு மேலும் பணத்தை அள்ளி கொடுத்தார். அவருடைய கொடை 1965 வாக்கில் 17 மில்லியன் டாலர்களாக உயர்ந்தது.

★

1880-ம் ஆண்டு ஜான் மைக்கேல் என்பவர் 'சயன்ஸ்' என்ற பெயரில் ஒரு வாராந்திரப் பத்திரிகை நடத்திவந்தார். அந்தப் பத்திரிகைக்கு தாமஸ் ஆல்வா எடிசன் பண உதவி செய்துவந்தார். 1881-ம் ஆண்டு அந்தப் பத்திரிகைக்கு பெல் ஒரு விஞ்ஞானக் கட்டுரை அனுப்பினார். அதை வெளியிட்ட மைக்கேல், பெல்லுக்குக் கடிதம் எழுதி 'சயன்ஸ்' பத்திரிகையை எடுத்து நடத்துமாறு வேண்டினார். ஆனால் பெல் வேறு பணியில் தீவிரமாக இருந்ததால் அதைக் கண்டுகொள்ளவில்லை.

எடிசன் தன்னுடைய ஆதரவை நிறுத்திக்கொண்டுவிட்டதால் 'சயன்ஸ்' பத்திரிகை தடுமாற ஆரம்பித்தது. அதைக் கேள்விப்பட்ட பெல்லும் ஹப்பர்டும் அந்தப் பத்திரிகையை ஏற்று நடத்துவது என்று தீர்மானித் தார்கள். மைக்கேலுக்கு 5000 டாலர் பணத்தைக்கொடுத்து பெல் அந்தப் பத்திரிகையை வாங்கினார். ஸ்கட்டர் என்பவரை ஆசிரியராகக் கொண்டு பத்திரிகை வெளிவந்தது.

பெல் 25,000 டாலர் முதலீடு செய்து பத்திரிகையைத் தொடர்ந்து நடத்தினார். முதல் வருடத்திலேயே 19,000 டாலர் நஷ்டம். பெல் சளைக்காமல் பணத்தை முடக்கினார். ஹோட்ஜஸ் என்பவரை ஆசிரியராக நியமித்தார். ஹோட்ஜஸுக்கு அமெரிக்கன் அஸோஸி யேஷன் ஃபார் அட்வான்ஸ்மென்ட் ஃஆப் சயன்ஸ் (AAAS) என்ற நிறுவனத்தோடு தொடர்பிருந்ததால் அதன் உதவியை நாடினார். அந்த நிறுவனமும் உதவி செய்வதாக ஒப்புக்கொண்டு பிறகு பின்வாங்கியது.

அதற்குள் பெல் 60,000 டாலரும் ஹப்பர்ட் 20,000 டாலரும் முதலீடு செய்திருந்தார்கள். என்றாலும் எந்தப் பிரதிபலனும் எதிர்பார்க்காமல் அந்தப் பத்திரிகையின் உரிமையை ஹோட்ஜசுக்கு மாற்றிக் கொடுத் தார்கள். ஹோட்ஜஸ் தன்னுடைய உரிமையை, கேட்டல் என்பவருக்கு மாற்றினார்.

கேட்டல் தன்னுடைய செல்வாக்கைப் பயன்படுத்தி மாக்மில்லன் கம்பெனியின் விளம்பரத்தை வெளியிட்டு அந்த விளம்பரப் பணத்தில் பத்திரிகையை நடத்தினார். பிறகு AAAS அந்தப் பத்திரிகையைத் தன்னுடைய அதிகாரபூர்வப் பத்திரிகையாக ஏற்றுக்கொண்டது.

இன்றும் விஞ்ஞானப் பத்திரிகைகளில் மிகவும் சிறந்த பத்திரிகையாக 'சயன்ஸ்' வெளிவந்து கொண்டிருக்கிறது.

★

பெல் H.A.Largelamb என்ற பெயரில் பல விஞ்ஞானக் கட்டுரைகளை எழுதினார். குழந்தைகளுக்கு சிறு சிறு விஞ்ஞானப் பரிசோதனைகளைச் சொல்லி விளக்கத்துடன் அவர் எழுதிய கட்டுரைகள் அதிகம். குழந்தைகளுக்குப் புரிகிற மாதிரி மிகவும் எளிமையாகவும் சுவையாகவும் எழுதினார். வெகு நாள்களுக்குப் பிறகு அந்தப் பெயரில் எழுதுவது பெல்தான் என்பது வெளியாகிவிடவே தன்னுடைய சொந்தப் பெயரில் எழுதத் தொடங்கினார்.

★

கார்டினர் ஹப்பர்ட் 1888-ம் ஆண்டு நேஷனல் ஜியாகிரபி சொசைட்டியைத் தொடங்கினார். அந்த அமைப்பு நேஷனல் ஜியாகிரபி என்ற பத்திரிகையை வெளியிட்டது. ஆரம்பத்தில் உப்புச் சப்பில்லாத உலர்ந்த விஷயங்களைக் கொண்டுவெளிவந்ததால் அவ்வளவாக வரவேற்பில்லை. ஹப்பர்டின் மரணத்துக்குப்பின் பெல் அந்த நிறுவனத்தின் தலைவரானார்.

அந்தப் பத்திரிகை நடத்தப்படும் விதம் அவருக்குப் பிடிக்கவில்லை. மிகவும் துடிப்புள்ள இளைஞர் கில்பெர்ட் க்ராஸ்வெனார் என்பவரை அந்தப் பத்திரிகையின் ஆசிரியராக நியமித்தார். கில்பெர்ட் பின்பு பெல்லின் மூத்த மகளை மணந்தார்.

'அந்தப் பத்திரிகையில் நிறையப் படங்கள் வெளிவரவேண்டும். தொழில் நுட்பங்களைப் பற்றி அதிகம் பேசாமல், படங்களைப் பேசவைக்கவேண்டும். வரைபடங்கள் கொடுக்கவேண்டும்' என்று எழுதினார் பெல். ஆசிரியருக்கான சம்பளத்தைத் தன்னுடைய சொந்தப் பணத்திலிருந்து கொடுத்தார்.

'அமெரிக்காவில் 21 வயதுக்குக் கீழே மூன்று கோடி மக்கள் இருக்கிறார்கள். இந்தப் பத்திரிகை அதிகாரபூர்வமான பாடப்புத்தகமாக வைக்கப்படும் அளவுக்கு இருக்க வேண்டும். அதே சமயம் படங்கள் நிறைந்ததாக இருக்கவேண்டும். பல இடங்களைப் பற்றிய தகவல்கள், வேண்டும்போது உடனே கிடைக்கும்வகையில் தொகுத்து வைக்கப் பட்டிருக்க வேண்டும்.

அப்போதுதான் எங்கே என்ன நடந்தாலும் அதைப்பற்றி உடனே எழுத முடியும். அதுமட்டுமன்றி நாம் புவியியல் பற்றிய மிகச் சிறந்த புத்தகங்களை வெளியிட வேண்டும். உலகமும் உலகத்தில் உள்ள அனைத்தும் இதில் உண்டு என்பதே கொள்கையாக இருக்கவேண்டும். பத்திரிகை குறிப்பிட்ட நாளில் வெளியாக வேண்டும்' என்று அந்தப் பத்திரிகையின் கொள்கைகளை விளக்கமாக எழுதினார்.

அவருடைய விருப்பப்படி நேஷனல் ஜியாகிரபி பத்திரிகை இன்றும் புகழ்பெற்று விளங்கிக் கொண்டிருக்கிறது. இப்பொழுது தொலைக் காட்சி சானலாகவும் சிடிக்களாகவும் அருமையான இயற்கை தொடர்பான நிகழ்ச்சிகளாகவும் விளங்குகிறது.

★

பெல்லின் பெண் எல்சிக்குத் திருமணம் செய்யும் நேரம் வந்தது. அந்தச் சமயத்தில் கார்டினர் ஹப்பர்ட், நேஷனல் ஜியாகிராஃபி சொசைட்டிக்கு பேராசிரியர் எட்வின் க்ராஸ்வெனார் என்பவரைச் சொற்பொழிவுக்காக அழைத்துவந்தார். சொற்பொழிவுக்குப்பின் பெல்லின் வீட்டுக்குச் சென்றார் க்ராஸ்வெனார். அவருக்கு இரட்டைப் பிள்ளைகள்.

மற்றொருமுறை தன்னுடைய மகன்கள் இருவரையும் அழைத்துக் கொண்டு பெல்லின் வீட்டுக்கு க்ராஸ்வெனார் வந்தார். இரட்டையர்கள், பெல்லின் மகன்கள் எல்ஸியையும் டெய்சியையும் சந்தித்தார்கள்.

பெல்லின் குடும்பமும் க்ராஸ்வெனார் குடும்பமும் ஒரு பிக்னிக்குக்குச் சென்றிருந்தபோது, எல்சி கில்பெர்ட் க்ராஸ்வெனாரைத் திருமணம் செய்துகொள்ளச் சம்மதித்தாள். அவர்களுடைய திருமணம் 30 ஆகஸ்ட் 1900 அன்று நடைபெற்றது.

27 நவம்பர் 1901 அன்று பெல்லுக்குப் பேரன் பிறந்தான். அவனுக்கு மெல்வில் பெல் க்ராஸ்வெனார் என்று பெயர் சூட்டினார். அதன்பிறகு பெல்லுக்கு எத்தனையோ பேரன் பேத்திகள் பிறந்தாலும், மெல்வில் தான் பெல்லின் செல்லப்பேரன். எல்சியின் கணவர் கில்பெர்ட்தான் நேஷனல் ஜியாகிரபி பத்திரிகையின் ஆசிரியர். அவர் அந்தப் பத்திரிகையின் ஆசிரியாராக நீண்டகாலம் பணியாற்றினார். அவரால் அது மிகச் சிறப்பாக வளர்ந்தது.

ஒரு முறை கில்பெர்ட், ஃபேர்சைல்ட் என்ற தாவரவியல் வல்லுநரைச் சொற்பொழிவுக்கு அழைத்துவந்தார். அவரைப் பெல்லுக்கு அறிமுகம் செய்துவைத்தார். டெய்சிக்கும் ஃபேர்சைல்டுக்கும் காதல் மலர்ந்தது. அவர்களுக்கு ஏப்ரல் 1905-ல் திருமணம் நடைபெற்றது.

பெல் அந்தச் சமயம் ஆகாய விமானம் செய்யும் ஆராய்ச்சியில் தீவிரமாக இருந்தார். எப்பொழுதும் அதே கனவு. டெய்சிக்கு ஆண்குழந்தை பிறந்திருப்பதாகச் செய்தி வந்தது. தூங்கி கொண்டிருந்த பெல்லை எழுப்பிக் குழந்தை பிறந்த செய்தியைச் சொன்னார் உதவியாளர் தாம்சன். தூங்கிக் கொண்டே பெல் கேட்டாராம், 'அது பறக்குமா?'

15. ஆகாயவிமான ஆராய்ச்சி

'ஐயா, இங்கே வந்து பாருங்கள். கதவில் மேடம் ஒரு கவிதையை ஒட்டிவைத்திருக்கிறார்கள்' என்றார் உதவியாளர் தாம்சன்.

'அது என்னவென்று படி' என்றார் பெல். படித்தார் தாம்சன்.

If things seem a little blue
Keep on fighting
Stay out and see it through
Keep on fighting

(தீராது போலச் சிறிதிருந்தாலும்
போராடிக் கொண்டே இரு
சோராது தங்கி துருவியே பார்த்துப்
போராடிக் கொண்டே இரு')

'பார், தோல்விகளைக் கண்டு நாம் துவண்டு போய்விடக்கூடாது என்பதற்காக இதை மேபெல் ஒட்டியிருக்கிறாள். இதை நகல் எடுத்து எல்லா அறையிலும் ஒட்டிவை' என்றார் பெல்.

சிறுவயதிலிருந்தே பறவைகள் பறப்பதைப் பார்ப்பதில் பெல்லுக்கு ஆர்வம் அதிகம். அவை எப்படிப் பறக்கின்றன எனப் பலமுறை சிந்தித்திருக்கிறார். எனவே அவருடைய தொலைபேசி ஆய்வுகளும் வழக்குகளும் முடிந்தபின்னால், பெல் காற்றைவிட அதிக அடர்த்தி உள்ள பறக்கும் விமானத்தைக் கண்டுபிடிக்க முயற்சி செய்தார்.

அவர் ஆய்வு செய்துகொண்டிருந்தபோது ஸ்பெயினுக்கும் அமெரிக்காவுக்கும் இடையே போர் தொடங்கியது. கடல்வழியாக விரைந்து செல்லும் வாகனம் ஒன்று கிடைக்குமா என்று ராணுவம் ஆர்வம் காட்டியது. வான்வழி மூலமோ அல்லது கடல்வழி மூலமோ குண்டுகள் பொழியும் குட்டி விமானங்களை உருவாக்க முடியும் என்று பெல் சொன்னார். ஆனால் தன்னுடைய பெயர் அழிவுக்காகப் பயன்படும் ஓர் ஆராய்ச்சியோடு தொடர்புபடுவதை அவர் விரும்பவில்லை.

எப்படியும் ஆகாய விமானத்தைக் கண்டுபிடித்துவிடவேண்டும் என்று முயன்றார். அதற்காக நிறையச் செலவு செய்தார். அவருடைய நண்பர் சாமுவேல் லாங்லி என்பவரும் ஆகாயவிமான ஆராய்ச்சியில் தீவிரமாக ஈடுபட்டிருந்தார். அதே சமயம் யாருக்கும் தெரியாமல் ரைட் சகோதரர்களும் ரகசியமாக அந்த முயற்சியில் ஈடுபட்டிருந்தார்கள்.

1896 மே மாதம் லாங்லி செய்த ஒரு குட்டி விமானத்தை வெள்ளோட்டம் விட பெல் உதவினார். 16 அடி நீளமுள்ள அந்த விமானம் 100 அடி உயரத்துக்குப் பறந்து எரிபொருள் (நீராவி) தீர்ந்ததும் தானே ஒரு பறவையைப் போலக் கீழே இறங்கியது. ஆளைவைத்து ஓட்டிப்பார்க்க வேண்டியதுதான் பாக்கி. அதற்கும் மேன்லி என்ற ஒருவரை வேலைக்கு அமர்த்தி லாங்லி பறப்பதற்கு ஏற்பாடு செய்தார்.

பத்திரிகையாளர்களை அழைத்தார். அந்த விமானம் ஒரு சிறு கோளாறு காரணமாக அதிகத் தொலைவு பறக்காமல் உடைந்து சிதறிவிட்டது. பத்திரிகைகள் லாங்லியைக் கேலி செய்து செய்தி வெளியிட்டன. ஆனால் லாங்லி தன் முயற்சியைக் கைவிடவில்லை.

இதற்கிடையில் அமெரிக்க அரசும் விமான ஆராய்ச்சியை விரைவாகச் செய்யச் சொல்லி லாங்லியை வற்புறுத்தியது. எனவே அவர் மீண்டும் மேன்லியின் உதவியுடன் ஒரு குட்டி விமானத்தைச் செய்தார். 3 டிசம்பர் 1903 அன்று, லாங்லி அடுத்த முயற்சியைச் செய்தார். அப்பொழுதும் விமானம் சிறிது தூரம் சென்று நொறுங்கியது. மேன்லிக்கு அடிபட வில்லை. ஆனால் லாங்லி மனத்தளவில் உடைந்து போனார்.

லாங்லியின் தோல்வி பெல்லைத் தளர்வடையச் செய்தாலும் அவர் தன்னுடைய முயற்சியைக் கைவிடவில்லை.

இதற்கிடையில் பெல் டெட்ராஹெட்ரான் (நான்கு பக்கங்களைக் கொண்ட முப்பரிமாணப் பெட்டகம்) செல்களை இணைத்து மிகக் குறைந்த எடையில் கோபுரங்களையும் கட்டடங்களையும் பாலங் களையும் கட்ட முடியும் என்று கண்டுபிடித்தார். ஆனால் வயது அதிகம் ஆகிவிட்டதால் தளர்ந்து போயிருந்தார். அவருடைய தளர்ச்சியைக் கண்டு பொறுக்காத மேபெல், அவருடைய டெட்ராஹெட்ரான் செல்

ஆய்வினால் பயன் உண்டா என்று கண்டறிய, கட்டட வல்லுநர்களை வரவழைத்துப் பரிசோதனை செய்யச் சொன்னார்.

பல நாடுகளிலிருந்தும் வந்த அறிஞர்கள், டெட்ராஹெட்ரான் செல்கள் சிறு சிறு கட்டடங்களுக்கும் பாலங்களுக்கும் நிச்சயம் பயன்படும் என்றார்கள். ஆனால் பெல் அவை ஆகாய விமானத்தைக் கட்டமைக்கப் பயன்படும் என்றார்.

பெல்லுக்கு உதவ, அவரை மதிக்கும் ஓர் இளைஞன் தேவை என்பதை உணர்ந்த மேபெல்,

ஃப்ரெடரிக் டபிள்யூ பால்ட்வின் என்பவரை வேலைக்கு எடுத்தார். அவர் மெக்கானிக்கல் மற்றும் எலெக்ட்ரிக்கல் எஞ்சினியரிங் பட்டதாரி.

பால்ட்வின்னின் உதவியோடு 72 அடி உயரத்தில் சமபக்க முக்கோண வடிவில் டெட்ராஹெட்ரான் செல்களைப் பயன்படுத்தி பெல் ஒரு கண்காணிப்புக் கோபுரத்தைக் கட்டினார். அவ்வளவு பெரிய கோபுரத்தின் மொத்த எடையே 5 டன்தான். எத்தனையோ புயல்களைத் தாங்கிக்கொண்டு அந்த கோபுரம் கம்பீரமாக நின்றது.

பெல் வாழ்ந்த காலத்தில் அவருடைய டெட்ராஹெட்ரான் செல் பரவவில்லை. ஆனால் அவர் மறைந்த பிறகு இடத்தேவையைக் குறைக்கவேண்டி அவருடைய கண்டுபிடிப்புப் பல இடங்களில் பயன் படுத்தப்பட்டது.

★

கிட்டி ஹாக் என்ற இடத்தில் ரைட் சகோதரர்கள் வெற்றிகரமாக முதல் விமானத்தைப் பறக்கவிட்டதாகச் செய்திவந்தது. முதலில் பெல் அதை நம்பவில்லை. பிறகு அதை நேரில் பார்த்த பேராசிரியர் சானுட் சொன்னதால் நம்பினார்.

ரைட் சகோதரர்களுக்கே அவர்களுடைய வெற்றி வியப்பானதொரு விஷயம். பல முறை பெல் விமான ஆய்வில் வெற்றிகரமாகச் சோதனைகள் நடத்தியிருப்பது அவர்களுக்குத் தெரியும். எனவே காப்புரிமை பெறுவதில் அவரிடமிருந்து எதிர்ப்பு வரும் என்று எதிர் பார்த்தார்கள். ஆனால் பெல், ரைட் சகோதரர்களை நேரில் சந்தித்த போது, அவர்களை வாழ்த்தினார்.

'அமெரிக்கா விமானக்கண்டுபிடிப்பில் முன்னணியில் நிற்கிறது. வெற்றிபெற்றிருக்கிறது என்பதில் எனக்குப் பெரு மகிழ்ச்சி' என்றார் பெல். ஆனால் மேபெல் அதைச் சாதாரணமாக எடுத்துக்கொள்ள விரும்பவில்லை.

ரைட் சகோதரர்கள் செய்யாது விட்டிருப்பது அநேகம். எனவே ஆகாய விமான ஆய்வை பெல் தொடரவேண்டும் என்று மேபெல் விரும்பினார். தன்னுடைய சொந்தப் பணத்திலிருந்து 20,000 டாலர் மூலதனம் போட்டு ஏரியல் எக்ஸ்பெரிமெண்ட் அஸோஸியேஷன் (AEA) எனும் நிறுவனத்தை மேபெல் தொடங்கினார். அங்கு வேலை செய்பவர்கள் முதலில் பெல்லின் டெட்ராஹெட்ரான் செல்களைப் பயன்படுத்தி விமானம் செய்யவேண்டும். அது சரிப்படவில்லை யென்றால் அவர்கள் வெவ்வேறு முறைகளிலும் விமானத்தை வடிவமைக்கலாம்.

முதலில் ஆளில்லாமல் பறக்கவிட்டுப் பார்த்தார்கள். பிறகு சிக்னெட் என்ற வாகனத்தில் செல்ஃப்ரிட்ஜ் என்பவர் ஏறி 168 அடி உயரம் பறந்தார். 7 நிமிடம் வானில் பறந்ததும் மிக நேர்த்தியாக இறங்கிக் கொண்டிருக்கும்போது, ஓர் இழுகம்பியைப் பிடித்திழுக்க செல்ஃப்ரிட்ஜ் மறந்துவிட்டதால் விமானம் கீழேவிழுந்துவிட்டது. ஆனால் உயிர்ச்சேதமில்லை.

அடுத்து இன்னொரு வாகனத்தைத் தயார் செய்தார்கள். AEA நிறுவனம் வெற்றிகரமாக இரண்டு விமானங்களை 4 மைல் தொலைவுக்குப் பறக்கவிட்டது. மற்றவர்கள் ஏரோப்ளேன் என்று சொன்னாலும் மறைந்துபோன தன்னுடைய நண்பர் லாங்லி, அதை ஏரோட்ரோம் என்று சொன்னதால் பெல்லும் விமானங்களை ஏரோட்ரோம் என்றே அழைத்தார்.

இதற்கிடையில் ரைட் சகோதரர்களின் விமானம் ராணுவத்துக்குப் பயன்படுமா என்று பார்ப்பதற்காக செல்ஃப்ரிட்ஜை வாஷிங்டனுக்குச் அழைத்தது ராணுவம். ரைட் சகோதரர்கள், இருவர் அமர்ந்து செல்லும் விமானத்தை உருவாக்கியிருந்தார்கள். அதில் ஆர்வில் ரைட்டுடன் தானும் செல்வதாக செல்ஃப்ரிட்ஜ் சொன்னார். விமானம் பறந்து சிறிது தொலைவு சென்றதும் கீழே விழுந்து நொறுங்கியது. செல்ஃப்ரிட்ஜ் அந்த இடத்திலேயே மரணம் அடைந்தார். ஆர்வில், பெல் பலத்த காயங்களுடன் தப்பினார்.

அதேசமயம் பெல்லின் ஜூன் பக் என்னும் விமானத்தில் கர்ட்டிஸ் ஏறிச்சென்றார். அது மிக வெற்றிகரமாகப் பறந்தது. காற்றைவிட அதிக அடர்த்தியுள்ள விமானம் பறக்கவிடப்பட்டது அதுவே முதல் தடவை. ரைட் சகோதரர்கள் எதிர்ப்புத் தெரிவித்தாலும் அந்த விமானத்துக்கு அதில் தொடர்புடைய ஐவரின் பெயரிலும் பேட்டண்ட் வழங்கப் பட்டது.

AEA வெற்றிகரமாகச் செயல்பட்டது. கர்ட்டிஸ் தானே தனியாக ஒரு நிறுவனம் தொடங்கி விமானங்களை உருவாக்கினார். கடைசியில் AEA தன்னுடைய காப்புரிமையை கர்ட்டிஸுக்கு விற்றுவிட்டது.

விமான உற்பத்தி ராணுவத்தோடு தொடர்புடையது என்று கருதியதால், அமெரிக்க அரசு ரைட் சகோதர்கள் மற்றும் பெல்லின் காப்புரிமைகளை வாங்கியது.

ஆனால் ஆகாயவிமான ஆய்வில் பெல்லுக்குக் கிடைக்கவேண்டிய புகழ் ஏனோ கிடைக்கவில்லை.

★

பெல், மறைந்து செல்லும் நீர்மூழ்கிக் கப்பல்களைக் கண்டு பிடிப்பதற்காக ஹைட்ரோஃபாயில் எனச் சொல்லப்படும் நீரைக் கிழித்துக்கொண்டு செல்லும் வேகப் படகுகளை உருவாக்கினார். அதன் அடி இறகுகள் நீருக்குள் துடுப்பு போல் இருக்கும். வேகமாகச் செல்லும் போது இறக்கை நீருக்குமேல் வந்து நீரிலிருந்து சிறிது உயரத்தில் அந்தப் படகு பறந்து செல்லும். பிறகு புவியீர்ப்பால் கீழிறங்கும். வேகத்தால் மேலேறும்.

இப்படியாகச் செல்லும் அந்தப் படகை மூன்றுமுறை ஓடவிட்டார். மூன்று முறையும் தோல்வி அடைந்தது. நான்காவது முறை இன்னொன்று செய்யலாம் என்று நினைத்தபோது முதல் உலகப் போர் வந்துவிட்டது.

முதலில் அந்தப் போரில் அமெரிக்கா நடுநிலை வகித்தது. தன்னுடைய கண்டு பிடிப்பு, தான் அமெரிக்கக் குடிமகன் என்பதாலேயே, அமெரிக்காதவிர வேறு எந்த நாட்டுக்கும் பயன்படுவதைப் பெல் விரும்பவில்லை. எனவே ஆய்வை நிறுத்திவைத்தார்.

பின்னர் அமெரிக்கா போரில் இறங்கியது. அமெரிக்கக் கடற்படைக்கு ஹைட்ரோஃபாயில் தேவைப்பட்டாலும் ஆய்வுக்குப் பணம் கொடுக்க அது விரும்பவில்லை. ஆனால் மேபெல் தான் முதலீடு செய்வதாகவும் ஆய்வைத் தொடரும்படியும் சொன்னார்.

அதனால் பெல், பால்ட்வினோடு சேர்ந்து HD-4 என்னும் ஹைட்ரோஃ பாயிலை உருவாக்கினார். அதற்கு 500 குதிரைச் சக்தி கொண்ட இயந்திரம் இரண்டை இரவலாகக் கொடுக்கும்படி கடற்படையை கேட்டுக்கொண்டார். கொடுப்பதாக வாக்களித்த கடற்படை கடைசியில் 250 குதிரைச் சக்தி கொண்ட இயந்திரங்களை மட்டுமே கொடுத்தது. அதை வைத்து வெற்றிகரமாக மணிக்கு 50 மைலுக்கு மேலான வேகத்தில் ஓட்டிக் காட்டினார்.

ஒரு குறிப்பிட்ட தூரம் சென்றதும் அந்த வாகனம் நீருக்குச் சற்றே மேலெழும்பிச் சென்றது மிக வியப்பாகவும் பார்க்க அழகாகவும் இருந்தது. பிறகு கடற்படை 350 குதிரைச் சக்தி கொண்ட இயந்திரங் களைக் கொடுத்தது. அவற்றைப் பொருத்தி உருவாக்கிய HD-4

ஹைட்ரோஃபாயில் 19 ஜூலை 1919-ல், மணிக்கு 70.86 மைல் வேகத்தில் ஓடியது. அதற்குப் பிறகு பத்தாண்டுகள் வரை அந்த வேகச் சாதனை முறியடிக்கப்படவில்லை.

அதற்குள் முதல் உலகப் போர் முடிந்துவிட்டது. எனவே கடற்படை, இந்த ஆராய்ச்சியில் அதில் ஆர்வம் காட்டவில்லை. 1922-ம் ஆண்டு பெல்லுக்கு ஹைட்ரோஃபாயிலுக்கான காப்புரிமை வழங்கப்பட்டது. ஆனால் அந்தக் காப்புரிமையால் எந்த ஆதாயமும் கிட்டவில்லை.

★

கடல் நீரிலிருந்து குடிநீர் தயாரிக்கும் ஆய்வைத் தொடங்கினார் பெல். அது ஓரிரு ஆண்டுகள் தொடர்ந்தது. அதுதான் அவர் செய்த கடைசி ஆய்வு.

★

1910-11-ல் அவரது உலகச் சுற்றுப்பயணத்தின்போது பெல் இந்தியா வந்தார். அவருக்கு மிகப் பிரமாதமான வரவேற்பு கொடுக்கப்பட்டது.

16. கிரஹாம் பெல் உறங்கும் இடம்

25 ஜனவரி 1915-ல் கண்டம் விட்டுக் கண்டம் செல்லும் தொலைபேசி கேபிள் இணைக்கப்பட்டது. அதன் தொடக்கவிழாவின்போது பெல்லும் வாட்சனும் மீண்டும் கலந்துகொண்டார்கள். பெல் நியூ யார்க்கில் அவருடைய முதல் தொலைபேசிக் கருவியோடு அமர்ந்திருந்தார்.

பெல் முதலில் பேசினார். 'வாட்சன் அங்கிருக்கிறீர்களா?' என்றார்.

'இருக்கிறேன்' என்று சான்ஃபிரான்ஸிஸ்கோ முனையிலிருந்து பேசினார் வாட்சன்.

வெள்ளை மாளிகையிலிருந்து ஜனாதிபதி உட்ரோ வில்சன் பெல்லைப் பாராட்டிப் பேசினார். வைல் ஜார்ஜியாவிலிருந்து பேசினார். எல்லோரும் கேட்டுக்கொண்டதற்கு இணங்க பெல் புகழ்பெற்ற அந்த முதல் வாக்கியத்தைப் பேசினார்.

'மிஸ்டர் வாட்சன், இங்கே வாருங்கள். உங்களைப் பார்க்க விரும்புகிறேன்.'

'நான் வருகிறேன், ஆனால் வருவதற்கு ஒருவாரம் ஆகும்' என்றார் வாட்சன்.

★

'சிரி, மலர்ச்சியோடு இரு. விரைவிலேயே நீ அப்படியே இருப்பதை உணர்வாய்' என்று பெல் அடிக்கடி சொல்வதுண்டு.

30 ஜூலை 1922 அன்று நீரிழிவு நோயால் (டயாபடீஸ்) அவருடைய கல்லீரலும் கணையமும் பாதிக்கப்பட்டிருப்பதாக பெல்லின் டாக்டர் சொன்னார். ஜூலை 31 அன்று அந்தச் சூழ்நிலையிலும் பெல் ஒரு நாவலைப் படித்துக்கொண்டிருந்தார்.

1 ஆகஸ்ட் 1922 பிற்பகல், பெல் தன்னுடைய செயலாளர் கேதரின் மெகன்ஸியை அழைத்தார்.

'நான் சொல்வதை எழுதிக்கொள்' என்றார்.

'மெதுவாக...' என்று யாரோ சொன்னார்கள்.

'இல்லை, இல்லை, வேகமாகச் சொல்லியாக வேண்டும். எழுதிக் கொள்' என்றார்.

'நானும் மேபெல்லும் மிகவும் மகிழ்ச்சியாக இணைந்து வாழ்ந்தோம். எல்சி, டெய்சியைவிடச் சிறந்த குழந்தைகள் எங்களுக்குக் கிடைத் திருக்க முடியாது. கில்பர்ட், ஃபேர்சைல்ட் மிகச் சிறந்த மாப்பிள்ளைகள். மிகச் சிறந்த பேரக்குழந்தைகள்.'

'எழுதிக் கொண்டாயா? இதையும் எழுது.'

'கேசிக்கு ஏதாவது செய்தாக வேண்டும். கேசியையும் அவனுடைய மனைவி கேத்தலினையும் எங்கள் குழந்தைகளாகவே பாவிக்க வேண்டும். ம்ம்... அந்த மலை மிக அழகாக இருக்கிறது' என்றார்.

சற்றே மயக்கமுற்றார். பாதி விழிகள் திறந்திருந்தன. மேபெல் கையைப் பிடித்துக்கொண்டே இருந்தார். அவ்வப்போது அவளைப் பார்த்துப் புன்னகைத்தார்.

சிறிது நேரம் மேபெல் பக்கத்திலிருந்த இருக்கையில் அமர்ந்தார்.

பெல்லின் கையைப் பிடித்துப் பார்த்த ஃபேர்சைல்ட் நாடித்துடிப்பு அடங்கிகொண்டிருப்பதாகச் சொன்னார்.

மேபெல் எழுந்துவந்து அவருடைய கையைப் பற்றினார். கடைசி முயற்சியாக மேபெல்லைப் பார்த்துப் புன்னகைத்தார்.

'என்னை விட்டுப் போகாதீர்கள்' என்றார் மேபெல். அவருடைய கைவிரல்கள் மெதுவாக அசைந்து விரல் மொழியில் 'மாட்டேன்' என்றது. மேபெல் புரிந்துகொண்டார்.

பெல் அமரரானார்.

'இங்கே யாரும் துக்கம் அனுஷ்டிக்கக் கூடாது. அலெக் அதை விரும்பமாட்டார். யாரும் கறுப்பு அணியக் கூடாது. குழந்தைகள் வழக்கம்போல் ஓடி ஆடி விளையாடட்டும். யாரும் அவர்களைத் தடைசெய்ய வேண்டாம்' என்றார் மேபெல்.

பெல் மறைந்த மறுநாள் அவருடைய இறுதிச் சடங்குகளுக்கான ஏற்பாட்டை மேபெல்லே முன்னின்று நடத்தினார்.

பத்திரிகைகளுக்குச் செய்தி தரப்பட்டது. தந்தி எப்படிக் கொடுக்கப் படவேண்டும் என்பதையும் மேபெல்லே தீர்மானித்தார்.

அலெக் வழக்கமாக அணியும் சாம்பல் நிறக் கார்டுராய் கோட்டும் பேண்டும் அணிவிக்கப்பட்டு அவருடைய பூத உடல் பார்வைக்கு வைக்கப்பட்டது. உலகெங்குமிருந்து தந்திகள் குவிந்தன. பெண்கள் எல்லோரும் வெள்ளை ஆடை அணிந்தார்கள்.

என்றோ பெல் தன்னிடம் சொன்னதை நினைவில் வைத்துக்கொண்டு அவருடைய உடலை அடக்கம் செய்யும் இடத்தை மேபெல் தேர்ந்தெடுத்தார். டெட்ராஹெட்ரான் கோபுரத்துக்கு அருகே அடக்கம் செய்ய ஏற்பாடு செய்யப்பட்டது. 4 ஆகஸ்ட் 1922 அன்று மாலை 6 மணி 25 நிமிடங்களுக்கு அவருடைய உடல் நல்லடக்கம் செய்யப்பட்டது. அந்த நேரத்தில் அமெரிக்கா முழுதிலும் எல்லாத் தொலை பேசிகளும் ஒரு நிமிடத்துக்கு நிறுத்தப்பட்டன.

அவருடைய கல்லறையில் 'கண்டுபிடிப்பாளர் அமெரிக்கக் குடிமகன் அலெக்சாண்டர் கிரஹாம் பெல் இங்கே உறங்குகிறார்' என்று எழுதப்பட்டது.

தாமஸ் ஆல்வா எடிசன் தன்னுடைய இரங்கல் செய்தியில் 'அலெக் ஸாண்டர் கிரஹாம் பெல் எனது இனிய நண்பர். அவருடைய புகழ்வாய்ந்த கண்டுபிடிப்பால் காலமும் இடமும் தொலைந்து போய்விட்டன. மனித சமுதாயம் மிக மிக சுருங்கிவிட்டது' என்றார்.

அலெக்சாண்டர் கிரஹாம் பெல் தான் சாகும்முன் சொன்னதை நிறைவேற்றவேண்டும் என்று மேபெல், பால்ட்வின் என்ற கேசிக்கு வருடத்துக்குப் பத்தாயிரம் டாலர்வீதம் பத்து வருடங்களுக்குக் கொடுக்கப்படவேண்டும் என்று உயில் எழுதினார்.

அலெக் கட்டி வைத்த டெட்ராஹெட்ரான் கோபுரம் பராமரிப்பு இல்லாமல் கீழே விழுந்துவிடக்கூடாது என்று அந்தக் கோபுரத்தை உடனே கழற்றச் சொன்னார்.

'என்னால் அவரின்றி வாழ முடியவில்லை. எங்கும் நிறைந்திருக்கும் அவரைக் காணாமல் தனிமை வாட்டுகிறது. நான் இருக்கும்வரை அவர் என்னை விட்டுப் போகமாட்டார் என நினைத்தேன். அவர் விட்டுப் போயிருக்கும் ஒன்றிரண்டை நான் நிறைவேற்றவேண்டும். அதிக நாள் இருக்கமாட்டேன். அதற்குள் அவருடைய வரலாற்றை எழுத ஏற்பாடு செய்ய வேண்டும். நேஷனல் ஜியாகிரபி அலுவலகத்தில் இருக்கும் அவருடைய ஆவணங்கள் அனைத்தையும் பொருள்வாரியாகப் பிரித்து ஒழுங்குபடுத்தவேண்டும்' என்றார் மேபெல்.

பிறகு தன்னுடைய மாப்பிள்ளை கில்பர்ட்டிடம் பெல்லின் வரலாறு பற்றிப் பேசினார். கில்பர்ட் ஏற்கெனவே தொலைபேசியின் வரலாற்றை எழுதியவர். பெல் உயிரோடு இருக்கும்போதே கில்பர்ட்டின் புத்தகம் வெளிவருவதற்கு முன் ஒவ்வொரு பக்கத்தையும் படித்து எதைச் சேர்க்கலாம், எதை விடலாம் என்று ஆலோசனை சொல்லியிருந்தார். ஆனால் பெல்லின் வாழ்க்கை வரலாற்றை அவருடைய உறவினர் எவரும் எழுதக் கூடாது என்றார் மேபெல். அப்படி எழுதினால் உண்மையான வரலாறாக அது இருக்காது என்பது அவருடைய கருத்து. அவர்மேல் கொண்ட பாசத்தால் அவரை ஆஹா, ஓஹோ என்று புகழ்வார்களே தவிர அவருடைய குறைகளைச் சுட்டிக்காட்ட மாட்டார்கள் என்பது மேபெல்லின் கருத்து.

'உண்மையில்லாத செய்திகளை அவர்மேல் ஏற்றிச் சொல்வதை நான் வெறுக்கிறேன். அவருடைய பண்புகளாலேயே அவர் தனியாக நிற்கும் அளவுக்கு அவர் பெரியவர். இல்லாததையெல்லாம் சொல்லி அவருக்குப் பெருமை சேர்க்கவேண்டிய அவசியமில்லை' என்றார் மேபெல்.

பெல்லின் பிரிவு மேபெல்லை வெகுவாக வாட்டியது. அவர் மறைந்த ஐந்தாவது மாதத்தில் மேபெல்லும் மறைந்தார். பெல்லின் கல்லறைக்குப் பக்கத்திலேயே அவரையும் அடக்கம் செய்தார்கள்.

பெல்லின் குடும்பப்பெயரைத் தாங்கி நிற்க அவருக்கு வாரிசுகள் இல்லை. என்றாலும் அவருடைய பெயர் உலகில் நிலைத்து நிற்கிறது.

ஆர்டிக் கடல் பகுதியில் Franz Josef Land என்ற தீவுக் கூட்டம் இருக்கிறது. அது ரஷ்யாவுக்குச் சொந்தமானது. அந்தக் கூட்டத்தில் ஒரு தீவுக்கு கிரஹாம் பெல் தீவு என்று பெயர் சூட்டப்பட்டிருக்கிறது.

கிரஹாம் பெல்லின் வாழ்க்கை வரலாற்றைப் பற்றித் திரைப்படம் எடுக்கப்பட்டிருக்கிறது.

காதுகேளாதோருக்கான அமைப்பு, 'அலெக்சாண்டர் கிரஹாம் பெல் அசோசியேஷன் ஃபார் தி டெஃப்' என்று பெயர் மாற்றம் பெற்று இன்றும் சிறப்பாக இயங்கிவருகிறது.

அலெக்சாண்டர் கிரஹாம்பெல் கண்டுபிடித்த தொலைபேசி இன்று பெரும் வளர்ச்சியடைந்து செல்போன்களாக இந்த உலகையே இயக்கிக்கொண்டிருக்கிறது.

காதுகேளாதோருக்குச் சேவை செய்வதற்காக உலகெங்கும் அவருடைய பெயரில் பல சேவை நிறுவனங்கள் பணிபுரிந்து வருகின்றன.

பேசுபவர்களுக்காகவும் பேசாதவர்களுக்காகவும் கேட்பவர்களுக் காகவும் கேளாதவர்களுக்காகவும் அவர் செய்த சேவை பெரிது. மிக மிகப் பெரிது.

———————